Cuối Đời Lọc Những Tinh Sương

TÂM TẤN

CUỐI ĐỜI
LỌC NHỮNG TINH SƯƠNG

Thi tập của Me, do các con sưu tập

LOTUS MEDIA
Tái bản năm 2020

CUỐI ĐỜI LỌC NHỮNG TINH SƯƠNG
Thi tập của Nữ sĩ Tâm Tấn
Do các con, các cháu nội-ngoại thực hiện
Tái bản năm 2020 tại Hoa Kỳ
ISBN: 978-1-71662-197-0

để tưởng nhớ Me kính yêu

Dáng người thi sĩ lúc 5 con

Đôi lời vào tập
(Thay lời giới thiệu)

Đối với con cái, mẹ là thi sĩ, là nguồn hứng cảm của thi ca, là kho vô tận của tình cảm... Đứa con nào cũng thấy mẹ mình là đẹp nhất, thơ mộng nhất trên đời. Anh chị em chúng tôi cũng không ngoại lệ. Nhưng chúng tôi có thể tự hào, hãnh diện mà nói rằng, Mẹ chúng tôi (chữ Mẹ viết hoa), đích thực là một thi sĩ, trong cả nghĩa đen lẫn nghĩa bóng—tôi vẫn mạnh miệng nói thế dù có thể bị người ngoài dị nghị (cho rằng 'mẹ hát con vỗ tay').

Mẹ tôi là nữ sĩ thời danh từ cuối thập niên 1930, khi bà hãy còn là một thiếu nữ 14 tuổi, với bút hiệu Trinh Nữ; sau đó là Trinh Tiên với những bài thơ tình diễm lệ, những bài thơ nói về thế thái nhân tình, về thế sự, chiến sự, về nỗi đau của người dân yêu nước, và cuối cùng là Tâm Tấn những bài thơ thấm nhuần Phật Pháp qua thi phẩm *Hương Đạo Hạnh*. Điều dị thường là bà chưa từng cặp sách đến trường, nhưng những bài phiếm luận, xã luận, cũng như thơ phú của bà đăng trên những tạp chí, nhật báo, tuần báo, nguyệt san... (từ thời tiền chiến cho đến những năm cuối cùng của chế độ Cộng hòa trước 1975) đã tạo một vị thế đáng kể trong báo giới cũng như đã gây được niềm quí trọng đặc biệt của những thức giả đương thời.

Đó là nói về nghĩa đen của người mẹ thi sĩ. Bây giờ hãy nói về nghĩa bóng: người mẹ thi sĩ của chúng tôi đẹp, hiền lành, nhân ái, quả cảm, tận tụy một đời chăm sóc chồng con; vất vả trăm chiều sinh và dưỡng bầy trẻ 14 đứa. Thân Mẹ gầy hao theo năm tháng, nhưng dáng vẻ đài các thanh cao tuồng như ở mãi với bà. Cái dáng ấy, vẻ đẹp ấy, chỉ ngắm nhìn thôi, cũng đủ để thấy cuộc đời như một bài thơ. Mẹ đẹp thật. Không phải vì chúng tôi là con nên khen Mẹ đẹp; mà mọi người đều khen Mẹ như thế. Cuộc đời Mẹ, từ những con chữ trên trang giấy cho đến những hạt gạo, miếng vải, mồ hôi nước mắt, lời ru giọng hát, tiếng khen thưởng con ngoan, hay tiếng la trách con hư... đều toát lên cái ý vị phong nhiêu diệu vợi của thơ, và của tình.

Anh chị em chúng tôi được thừa hưởng vẻ thơ, vẻ mộng, vẻ nhân hòa... nơi Mẹ dấu yêu của mình, từ lúc còn co mình trong bụng người, cho đến bây giờ, khi đứa em út trong nhà cũng đã phất phơ trên đầu những sợi bạc.

Vào đời, bầy con của Mẹ đứa nào như đứa nấy, đường ngay lối thẳng mà đi, không như người tranh tìm chữ Phú chữ Quý; học hành thi cử thăng tiến như ai, nhưng vẫn cứ một đời chập chững con đường Mẹ dạy:

"Vui tìm điển tích hiền nhân
Dạy con chữ Nhẫn, chữ Chân làm người"
(thơ Tâm Tấn)

Có thể về cuộc sống vật chất, chúng tôi không bao giờ là những kẻ thành công. Nhưng chúng tôi không bao giờ hối tiếc sự chọn lựa của Mẹ, cũng như sự chọn lựa của chính chúng tôi. Chúng tôi có cả một kho vô tận của tình Mẹ, và của Thơ. Vậy thì quá đủ. Không phải chỉ đủ, mà là quá sung túc để có thể ngẩng mặt lên, với niềm hãnh diện có một người mẹ như thế.

Mẹ nay đã yếu, không thể đi đâu xa. Mỗi năm con cái tụ về, lúc có đứa này, lúc có đứa kia, không làm sao có một cuộc sum vầy đông đủ. Trong số đó, bản thân tôi là đứa xa Mẹ lâu nhất. Xa từ lúc còn bé, vài năm thăm Mẹ một lần; sau này, ra hải ngoại, Mẹ-con còn xa cách cả nghìn trùng. Mẹ không thể đi xa, tôi không thể về nước. Tưởng chừng không còn cơ hội nào để gặp lại. Nhưng đúng vào dịp Vu Lan năm nay, Mẹ bỗng hạ quyết tâm làm một chuyến đi xa, tạo cơ hội cho tôi được gặp. Hơn 17 năm qua, tôi chưa được may mắn nhìn Mẹ, ôm hôn Mẹ; nhưng nhìn tóc bạc trên đầu mình, tôi đoán biết Mẹ tôi đã già yếu lắm rồi. Có thể sự quyết tâm của Mẹ lần này không phải chỉ là sự biểu lộ nỗi nhớ mong những đứa con xa nhà, xa quê hương, mà còn là dấu hiệu của một cuộc chia tay dài lâu hơn.

Tập thơ này, do Vĩnh Thanh Bình, đứa em út của chúng tôi, gom góp lại từ xấp bản thảo thơ phú của Mẹ; cũng có vài bài đã thấy đăng trong thi phẩm *Hương Đạo Hạnh* (xuất bản năm 1970). Mẹ nói không cần phải in làm gì. Nhiều bạn bè thúc giục, Mẹ trả lời cho qua "thôi thì để khi tôi nằm xuống, các con các cháu muốn in gì đó thì in." Tôi cũng muốn mời anh chị em 14 người cùng tham gia viết về Mẹ để đăng trong thi phẩm cuối đời của Mẹ. Nhưng để thực hiện điều này một cách đầy đủ, có lẽ còn phải chờ lâu lắm. Thôi thì nhân chuyến đi thăm Mẹ ở một đất nước láng giềng của quê hương, tôi mạo muội thực hiện thi phẩm này một cách đơn giản, để dâng tặng Mẹ nhân dịp Vu Lan, cũng là để kỷ niệm dịp gặp lại Mẹ sau hơn 17 năm lưu vong.

Đơn thân thực hiện tập thơ này, tôi biết là hãy còn nhiều thiếu sót, vì nhiều năm nay, Mẹ vẫn tiếp tục sáng tác, mà tôi ở xa không làm sao sưu tập đủ; mong rằng sẽ được anh chị em khác bổ túc sau. Các bài thơ trong thi tập này không được sắp theo thứ tự thời gian hoặc phân thành thể loại, mà được xếp theo vần mẫu tự để tiện cho việc bổ túc ấy.

Nơi đây, như một bản phác thảo, tôi tự trích một câu trong hai câu lục-bát của Mẹ để làm tựa cho thi phẩm:

"Cuối đời lọc những tinh sương..."

Tuy nói dài dòng về Mẹ như thế, tôi hy vọng bạn đọc sẽ không cho rằng thi phẩm này chỉ dành riêng cho bầy con cháu chúng tôi. Khi sinh dưỡng con, mẹ nào lại chẳng muốn con góp mặt với đời. Thi phẩm này cũng thế, thay mặt Mẹ, xin gửi đến những người yêu thơ khắp nơi.

Mùa Vu Lan năm 2004 - Phật lịch 2548
Băng-cốc, Thái-lan, những ngày bên Mẹ...

Vĩnh Hảo

2000 Năm Trước

Lâm Tỳ-Ni vườn hương dâng bát ngát
Ưu Đàm hoa nở thắm sắc siêu linh
Không khí êm... hòa hợp gió thanh bình,
Nghìn ánh sáng dội hào quang khác thế!...

Phút rực rỡ, uy nghiêm và lặng lẽ...
Đôi hài sen Hoàng Hậu nhẹ, khoan thai
Trong bước đi dáng liễu đẹp hình mai,
Người Đức Hạnh lòng vui hòa vạn vật...

Khi đến gốc Vô Ưu, hồn ngây ngất
Cánh Ưu Đàm hương lạ điểm khai hoa...
Nâng cành tươi, giây phút, nách tay ngà
Bậc cứu thế giáng sanh, điều khác thế:

Trên tầng không, sau phút giây tịch lặng
Bỗng xôn xao Thánh- nhạc lẫn Tiên -ca.
Vườn Tỳ Ni, Đất ngút mạch tinh hoa
Thành La Vệ, Trời hừng mây ngũ sắc...

Chim lạc trong sương, thỏ gờm bẫy mắc
Hổ khiếp cung tên, trâu lợn khiếp người
Bỗng tịnh tâm, khi Chí Thánh ra Đời
Xuất ánh Đạo cứu nhân và độ vật...

Loài cây cỏ, kiến sâu hèn mọn nhất
Cũng thấm nghe từ dịu tỏa ân thương...
Bình hoa thơm, trí huệ ngát trầm hương
Ngày cảm niệm... hơn hai nghìn năm trước.

Đường sáng Đạo còn in sâu dấu bước,
Con nhìn lên... sao sáng điểm chân Ngài
Con quỳ đây... niềm thế sự mờ phai
Hồn thanh vút dưới Phật Đài núp ẩn...

Ác Mộng

Bạn ơi, bạn ơi! núi vun mây hận
Đất phương này sấm động náo tâm tư.
Vừng Từ Vân khuất lấp bởi sương mù,
Hoa Tinh Tấn dập vùi trong bão chướng.
Kinh ngạc sững sờ hồn không định hướng
Ngẩng nhìn cao tìm dấu vết Từ Vân.
Bắc Đẩu tinh phương chiếu rạng tinh thần
Vầng nguyệt từ bi biến mờ đâu cả!

Mặt Nhật hào quang quay cuồng tan rã,
Loạn Quỷ Ma đang biến hoá nguyên hình:
Khoác áo Thiên Thần cướp vạn hành tinh,
Mừng giọng Chó tru, thét lời Cú gọi...
Rắn rết hoan ca, múa men cóc nhái
Nắm búa Thiên Lôi xưng "Đại Hung Thần"!
Bầy Nữ Kê hăm xé mảnh Từ Vân
May áo Phượng Hoàng vượt ngang qua núi!

Trời đất ngả nghiêng, đường tràn bóng tối,
Thực và Hư, Hư hay Thực – sao quên
Cơn bão tinh thần ác mộng đêm đêm!
Đày giấc ngủ trong muôn hình hỗn loạn...

Nước mắt trào, máu trào dâng lênh láng
Sôi lên, sôi theo ngọn lửa hồng thiêng
Khói vút cao kết đại đóa Hoàng – Liên
Rực rỡ muôn màu xóa tan âm khí!

Trong ác mộng giữ hồn Chân Thiện Mỹ
Tôi thì thầm cầu danh hiệu Chân Sư...
Phút tĩnh tâm rờ lên trán ưu tư
Những đường gân xanh nổi dài bao bọc:
Rào tư tưởng, rào đài thiêng khối óc
Như dây kẽm gai chướng ngại quanh Chùa
Rào Hoa bừng hương, rào tiếng chuông khua!
Kìm hãm ý, dây thần kinh muốn đứt!

Tôi muốn được làm người vô ý thức
Để vùi đầu nơi canh bạc đỏ đen,
Cho tôi quên những cách thắng đê hèn,
Và những cái thua vô cùng Trí Dũng!
Tôi muốn bước vào hý trường mở rộng
Âm nhạc rập rờn, nhịp trống hoan ca
Không còn nghe người khổ hạnh rên la,
Chiếc áo màu nâu tơi bời máu đẫm!

Cửa tửu quán trà đình vui yến ẩm,
No thời-trân ói mỹ-vị căng đầy...
Cho quên ai tuyệt thực mấy trăng nay
Sức lả tàn hơi chối từ nước uống!
Này mặt hoa tươi, mắt tràn vui sướng
Cửa hàng tơ chọn sắc ướm lồng gương;
Tà gấm nhung ướp đẫm ngọt ngào hương
Đường ngã sáu dập dìu bươm bướm lượn...

Cho tôi lấp những suy tư ám tưởng
Áo cà sa ướp tẩm phỏng thân hình.
Trong lửa hồng thân giả huyễn hy sinh,
Trên mây bạc hồn chân minh bất diệt!
Đêm u tịch... vẫn gió cuồng bão xé
Tinh thần quay như hải chiến giao long
Hồn chập chờn... ác mộng rắc hờn căm
Đày giấc ngủ trong muôn hình hỗn loạn!

(Vừa khóc vừa làm trong đêm 16/08/1963)

Áo Vàng Bất Diệt

Nàng tên Nguyệt, áo nàng màu nguyệt bạch
Hồn nàng thơm sách vở ướp thơm lây,
Thời nữ sinh mắt sáng mộng xuân đầy
Da trắng ửng sắc hồng, duyên suối tóc...
Nết trinh bạch lánh xa tình ô trọc,
Nàng nghe kinh huân tập luyến hương Chùa.
Rồi suy tư... ngày tháng... nhiệm mầu chưa!
Tâm tự-giác nở bừng hương Chính Đạo.

Nếp lụa nữ sinh thay liền sắc áo
Vải nâu sồng Minh Nguyệt hóa Ni Cô
Lanh lảnh chuông ngân giọng tụng "Nam Mô"
Trầm tĩnh mõ rền nhịp Kinh thanh thoát.
Trán toả suy cầu, tay lần tràng hạt
Thức tương dưa thơm ngát Đạo Từ Bi.
Sáu năm qua... đường Đạo bước chân đi
Dẫm đất Chùa, in công phu đậm dấu.

Rồi...
Phật Giáo Tăng Ni, tín đồ tranh đấu
Thiết tha đòi Năm Nguyện Vọng thuần từ.
Nạn độc tài vận nước lúc suy hư,
Giáo Kỳ trưng lên, Giáo Kỳ triệt hạ!
Nhìn Thầy tuyệt thực, nắng sương đói lả,

Rồi nghe tin Thượng Tọa tự thiêu mình
Và Sa-Di, Đại Đức tiếp hy sinh
Lửa Tử Đạo bừng bừng trong ánh mắt.
Trí huệ Diệu Quang toả ngàn vạn sắc
Máu Đào, rưng rưng nước mắt khơi nguồn.
Gấm Từ Vân "Hạnh Nguyện" chữ ngời gương,
Trầm Tam Bảo "Hoằng Dương" un khói biếc...
Một sáng tinh sương... bàng hoàng khôn xiết:
Diệu Quang thiêu; bất diệt Diệu Quang rồi!
Nhưng niềm thương giữa Thế biết sao nguôi,
Hình ảnh Diệu Quang muôn người đau xót...

Giọng Kinh tụng "Địa Tạng Vương Bồ Tát"
Đặc biệt âm thanh cứu thoát hồn linh;
Sang sảng chuông ngân xướng lễ Khai Kinh,
Oai từ vẫn vang vang lòng Bổn Đạo...
Nhớ lúc chùa nghèo, bắt đầu tân tạo,
Vai Diệu Quang oằn gánh đá sân chùa.
Má ửng hồng, hoan hỉ bảo "Thi Đua?"
Tôi mỉm cười: "Thua đi rồi", âu yếm...

Qua những tháng ngày khổ đau nguy biến,
Cảnh Chùa xưa biểu hiện giữa huy hoàng.
Lòng Tăng Ni Phật Tử thấy hân hoan,
Buổi lễ tôn nghiêm Khánh thành Ni Tự.
Diệu Quang, Diệu Quang! đạo cô thánh-tử!
Có anh linh về dự lễ Ba Ngày.
Một phút xuất thần: thấy thoáng Xe Mây
Lướt nhẹ như sương đi vào Chánh Điện,
U nhã nét hoa, pháp bào uyển chuyển
Mỉm môi cười, theo bước quý Tăng ni...

Diệu Quang, Diệu Quang! lẽ Đạo huyền vi
Người đang nắm bình thiêng ươm trí huệ.
Có nhớ duyên xưa khi còn tại Thế,
Quà Chân Minh xin ban kẻ mê lầm!
Chiếc áo màu vàng, chiếc áo thánh chân
Áo bất diệt hơn áo vàng Vua Chúa,
Áo Tử Đạo không may bằng tơ lụa...

Bảy Tình

Ghét loài quỷ uế ma tanh,
Ác nhân đội lốt sát sanh gieo thù.
Giận mình tiền kiếp không tu,
Mảnh tăng-y biết bao thu mặc vào.
Sợ đời lấp trí thanh cao,
Ngẩng lên chẳng hiểu ngàn sao nói gì.
Buồn ơn núi Thái non Di,
Hai thân ngợp bóng Tử Qui trước thềm...
Muốn đem thân yếu làm rèm,
Ngăn sương che gió, ấm mền mẹ cha.
Thương nhìn máu chảy lệ sa,
Vết thương nhân loại chính là Kiêu Sân.
Vui tìm điển tích Hiền Nhân,
Dạy con chữ Nhẫn chữ Chân làm người.

Băn Khoăn

" Nhất tướng công thành vạn cốt khô"
Cuồng chinh dấu bước trũng hoang mồ.
Xanh non ngút Hận mây un khói,
Trắng biển lồng Thương sóng xoáy bờ...

Ráng lưới Trường-Sơn niềm bức rứt,
Mống treo Hồng-Lĩnh ý bơ vơ.
Dư-đồ rách nát vò khung cửi,
Tướng mã nghênh ngang rối cuộc cờ...

Tay ép suy tư vầng trán hẹp,
Hồn loang suối mộng hướng Sông Hồ...
- Dấu son Bút điểm tên ai nhỉ?
Há cứ mồ hoang với cốt khô...

Bên Hiên Thiền Thất

(Chiều Đông – Mùa bão lụt năm Quý Sửu 1973)

Dưới hiên Thiền thất vời trông
Cây xanh chắn lũy dừa trồng trên mây...
Sữa pha Nguồn khuấy Sông đầy
Truyền sinh đất nẻ tươm dày phù sa
Dựa hiên Thiền thất nhìn xa:
Ôi, đâu cánh hạc Phổ Đà vút mây?...
Tà huy xao rợn lá gầy
Nền lam cô nhạn lạc bầy sương Đông
Nép hiên Thiền thất xa trông
Đau cơn Bắc rũ rượi lòng Biển xanh:
Bạc mầu sắc áo thiên thanh,
Còn mơ gió Núi vọng Tình tiêu sơ...
Biển Non nhìn đã mơ hồ...
Dưới chân Thiền thất: chuyến đò nhân sinh

Lại qua một nét gập ghềnh,
Chèo run Thoát tử, tròng nghiêng Luân hồi...
Ấm hiên Thiền thất ta ngồi,
Ôi, trong phút nhận Bụi Đời là ta!
Xác thân xoáy lốc Ta-bà,
Có đâu Pháp-thảo Thiền-hoa chốn này!

*

Hồng ân thương nét hao gầy,
Thi đài ban những phút giây nhập Thiền.
Xa bờ qua hướng Uyên Nguyên,
Ngón vàng Trăng hiển soi thuyền Tịnh tâm.

(Chùa Hải Đức Nha Trang, 03/12/1973)

Bút Thần Xuất Thế

(Đề tặng Cụ Cư Sĩ Đặng Như Lan,
sinh nhật 73 tuổi vào ngày 19/9 â.l. Canh Tuất 1970,
Vía Đức Quán Thế Âm Bồ tát xuất gia)

Núi Phổ mây lành lợp gấm,
Biển Nam trăng sáng gieo vàng
Thế giới lưu ly linh diệu
Mười tầng vạn sắc hào quang
Trăng tháng Chín u trầm Bổn Tích
Sóng hạ thu tĩnh mịch Viên Thông
Quán Âm muôn ức vi trần
Im nơi pháp tọa mắt tầm mười phương.
"Nửa thế kỷ sẽ vương cọng nghiệp
"Ba mươi năm lệ huyết tương tàn...
"Sáu căn Ba ác mang mang...
"Nét châu pháp bảo Kinh Vàng ai tô?

"Vàng lửa chiến khói mờ tâm đạo
"Biển Tham Sân sóng đảo Thiền môn
"Đã đưa Bảo Ác nhập hồn
"Rơi hoa Diệu Pháp héo mòn Tâm Kinh..."
Nhìn tử-đệ, trăm nghìn khổ hạnh
Chọn Tuệ Đăng pháp tánh Kim Cương
Bốn mùa Xuân ngọc Thu hương
Chăm soi cội Dược Thọ Vương đẹp cành.

-"Con xuất thế với nhành Dược Thọ,
"Làm bút thần dọi rõ Chân Tâm
"Kinh Vàng Bút Ngọc siêu thâm
"Hãy khơi Tâm Đạo quay gần Phổ Môn.
"Xứ xứ trì trung hữu minh nguyệt
"Gia gia môn nội hữu Quán-Âm.
"Diêm Phù mở Pháp khai Tâm,
*"Đại Bi chiếu diệu trăng Rằm dược châu..."**

---

* Viết Kinh Phổ Môn bằng chữ Nho, sắp xếp thành tranh Chùa Một Cột.

Người xuất thế (Ân sâu Thánh Đạo
Khai huệ tâm pháp giới Bi Vang...)
... Năm mươi tuổi, mộng Sen Vàng
Bồi hồi tâm thức nẻo đàng Trúc Lâm:
Qui đảnh lễ, Hạc thần, Phượng vũ,
Nhạc Chư-Thiên tiết tấu Diệu âm...
Nhớ duyên, nhớ kiếp, âm thầm
Hương Kinh thâm nhập Bút Thần nở Hoa.
Ánh Dược Thảo Liên Tòa tặng Mực
Như-ý-châu Núi Trúc trao Nghiên
Trời Nam phước tụ Mây Thiền,
Lời Kinh nét bút ba Miền lồng khung.

Cam Ranh Cảm Tác

Đất Mẹ đau bầm gót viễn-chinh,
Nơi đây Mỹ-quốc dựng quân binh
Nơi đây Mỹ-quốc tung tiền giấy,
Đoạt cả nhân tâm chiếm cả thành.

Đâu bãi Ao hồ đâu dấu Tiên?
Ngàn xưa biến ảo khí linh truyền...
Núi Non lở lói vì cơ-khí,
Sông Bể quằn đau bởi chiến thuyền.

Như hồn lãng-tử giữa hoang-liêu,
Bối hối hoàng hôn ngại bóng chiều.
Vuốt mặt hổ nhà không sức Hạng[1]
Cúi đầu thẹn nước chẳng tài Tiêu[2]

---

[1] Hạng Võ
[2] Tiêu Hà: 2 nhân vật dựng nước thời Tiền Hán.

Cầu-Vồng hiếp bức quanh năm mãi,
Đất Nước căng mình dưới nắng thiêu
Tiếng nổ chuyển rung – quân bắn đá –
Sâu thêm chứng-tích núi đau nhiều...

Chiến-xa như bướm vườn hoang đó,
Tổ quốc là hoa rụng mỹ miều...
Thôi chuyện ngọc vàng thêm tủi hổ,
Ta về gắng giữ mái nhà xiêu[*]

1966

---

[*] Để từ chối không nhận làm chủ-nhân tiệm Vàng tại Cam-Ranh, do chị Thừa đề nghị giúp vốn.

Cảm Đề

Đại - Tông thâm đậm cội nguồn xưa,
Hội - diện ngày nay thỏa ước chưa!
Nguyễn - Chúa Tổ Tiên gieo túc đức,
Phước - môn Con Cháu hưởng dư thừa
Tộc - đoàn hoài niệm ngày Hưng-Quốc,
Trung - liệt mơ về thuở Chín Vua...
Hiếu - Đạo góp xây nền Thế-miếu,
Nghĩa - điền ngọc trổ dưới ơn mưa.

Ghi 3 ngày Đại Hội Nguyễn Phước Tộc tại Nha Trang
(bà con Nội Ngoại 16 tỉnh họp lại)

Cảm Đề
Tám Nhánh Phong Lan
(CỦA CHÙA HẢI ĐỨC, NHA TRANG)

Ôi, hoa vàng lá lục
Bát ngát lụa Hoàng Vương
Nghiêng say vườn gió Trúc
Bồi hồi sương Kim Cương...

Hợp tướng trong cội mụcm
Biệt duyên tám nhành hương:
Gốc trầm rung Đạo Đế
Bát Chánh Đạo dị thường!

Nhẹ nhàng buông dáng sắc
Uyển chuyển tỏa Thiền hương
Rợp y kinh hành tụ
Biến hiện giữa vô thường.

Tháng 4 â.l. Giáp Dần 1974
(Thầy Đức Chơn, thầy Trừng San, và thầy Đổng Minh chỉ 8 nhánh
phong lan ra để bài thơ)

Cảm Niệm Vu Lan

Nam mô Phật! Hôm nay rằm tháng Bảy
Cầu Thượng đài mở rộng Cửa Từ Bi
Xin Pháp Thuyền Bát Nhã đức A Di
Chở muôn hướng oan hồn về dự lễ;

Nam Mô Pháp! theo hương trầm tỏa nhẹ
Dâng hồn thơm làm sớ nhập cung mây:
Chúng sinh từ vô lượng kiếp tới nay
Đường mê muội luân hồi trong lục đạo;

Nam Mô Tăng! Bể trần gây vũ bão
Thuyền sanh linh chìm đắm sóng mê lầm.
Đệ tử xin thọ pháp Bồ Đề Tâm,
Hương thanh khiết kết cùng trầm tín ngưỡng.

Nhớ Phật dạy: Bao tài năng, đức tướng
"Thảy mọi loài đều chẳng khác Như Lai,
Tất cả chúng sanh có đủ Trí, Tài.
Nhưng nghiệp chướng xoay quanh vòng điên đảo,
Nên không chứng Niết Bàn ngôi Tam bảo..."

Nghìn đời qua... lời Phật giáo uyên thâm
Ôi, vàng châu làm mất điểm lương tâm,
Kho tích đức chất đầy gươm hung bạo.
Tài đem dụng xây non xương biển máu
Rình rập giăng cuộc chém giết hung tàn,
Để tranh giành điểm thắng lợi vinh quang
Gieo ác quả và hái lầm Tiêu Diệt!

"A Di Đà Phật" mõ rền chuông nổi
Tôi đắm chìm trong thế giới trầm hương...
Bỗng nghe vang lời cầu đảo bi thương,
Chợt tỉnh: lặng ngắm tín đồ nam nữ,
Đây là vợ khóc chồng đày xa xứ,
Đó là chồng khóc vợ tử- biệt ly,
Cha có con khổ bịnh tới quy y
Cảnh quần quại trong vòng vô lượng khổ.

Trí vang ngân lời Kinh cầu siêu độ
Từng nhịp lòng Nhân Ái gởi theo chuông
Trong phút giây tôi sống giữa hai đường
Phật bất diệt và Trần gian tiêu diệt.

Cảm Niệm Vu Lan 1

(Trích kịch thơ "Giấc Mộng Vu Lan")

Không gian phủ ánh trăng Rằm thanh thoát,
Trầm Vu Lan vương ngát mấy phương trời,
Đền sao một trong muôn ơn dưỡng dục,
Công sinh thành vô tận và vô cùng?

Nhìn được Cha là ánh sáng tưng bừng,
Hưởng ấm áp của mặt trời chiếu mọc;
Nhìn được Mẹ là trăng vàng dịu ngọt
Hiền hòa pha cho trăm cảnh thêm xinh.

Nhưng bảy năm khói lửa với đao binh,
Cha Mẹ lạc chốn Bình-thành rét độc.
Chiều chiều núi nhả về hơi gió lốc,
Thân cha già mẹ yếu có run không?

Mấy lớp sương qua... nắng ngá bao lần...
Mắt mờ lệ nhìn chân trời mấy hướng,
Thương con nhớ cháu hao mòn tâm tưởng,
Nỗi đau buồn thể xác yếu gầy đi...

Lạy đấng Đại Từ, Đại Hạnh, Đại Bi!
Xin giảm thọ mười năm phần đệ-tử!
Thêm sức tăng cường nhiệm màu ấm phủ
Ánh Kim-quang cho dịu bớt lòng già...

Huế 1950

Cảm Niệm Vu Lan 2

"Nhìn được Cha là ánh sáng tưng bừng,
Hưởng ấm áp của mặt trời chiếu mọc;
Nhìn được Mẹ là trăng vàng dịu ngọt,
Hiền hòa pha cho trăm cảnh nên xinh..."

Ba mươi năm xưa... tóc hãy đang xanh
Con còn niệm viết mấy vần thương nhớ.
Nam với Bắc giữa hai vùng cách trở,
Ngót tám năm cha mẹ xót xa lòng.

Trong nhớ thương vẫn còn được hoài mong:
"Sẽ nhìn thấy mặt trời vàng trăng ngọc.
Trà Tam Hỷ ngạt ngào hương tỏa bốc,
Mình dâng cha nhất-phẩm-vị trà xưa.

Trái cau dày trắng ruột mẹ thường ưa,
Mình sẽ lựa thếp trầu nguồn dịu lá..."

Ba mươi năm sau... đầu con sương giá,
Ngồi thương cha nhớ mẹ tuổi hoàng hôn:
Bờ âm dương lấp biển với che nguồn,
Con chỉ thấy núi xa mây trắng hiện...

Hai tách trà thơm dâng vào cõi huyễn,
Dĩa cau trầu nồng thắm cũng hư vô!
Những giấc chiêm bao ôm mẹ mơ hồ
Những giọt lệ mừng cha tàn ảo ảnh...
Vén trí phàm phu phút giây nhập thánh,
Tâm là hoa xin hướng cội kỳ hoa.
Kinh Vu Lan ấm Phủ mẹ Hồn cha,
Con quỳ lạy minh châu kim trượng chuyển
Ân Đại Hiếu Kiền-Liên muôn kiếp hiển...
Xin mẹ cha mau thoát khỏi luân hồi,
Chín phẩm sen vàng ân phước vào ngôi,
Con hồi hướng với tâm lành trọn kiếp.

1979

Cảm Vọng Hương Linh
Chị Diệu Thiện

Trút nghiêng huyễn cảnh, nhẹ tay rồi!
Cạn chén Trà Thiền chẳng để ôi,
Tỉa cỏ sân Hoè hương phất ngát
Chăm cây vườn Hạnh quả Thanh tươi.
Dập dồi Sóng Ái ngừng chân lại,
Tịch tịnh Bờ Duyên tiến chẳng lui
Dưới mái Huê Lâm nhuần cội Pháp,
Trong hồ Liên Phẩm hướng quy hồi.

Trong hồ Liên Phẩm hướng quy hồi,
Bổ-xứ Trầm duyên một kiếp thôi!
Pháp-ân Sư-Trưởng ghi thâm trọng,
Tình Đạo chùa xưa nguyện đắp bồi.

Mười niệm Nhất Thừa Sư-Tử Hống
Thắng-Man nhập hạnh há phai phôi...
Ngôi xưa quả vị mong truyền ký,
Chân cảnh quang minh đắc nhập rồi.

Chị về... nẻo cũ chân duyên,
Hướng theo Hoàng Hạc tới miền Trường Xuân.
Em theo hồn chị bâng khuâng
Qua trời vô cấu trao vần vô vi.

(Bách Nhật chị Diệu Thiện
Mồng 3 tháng 4 Nhuần Nhâm Tuất)

Cây Đèn Hành Khất

Hoa lửa gợn hương trầm
Gió Pháp dệt tơ hương
Đèn bạc nạm Long Lân Qui Phụng
Gấm vàng che rợp sắc Hoàng Vương
Cung Vua A-Xà-Thế
Rộn nghi lễ cúng dường
Hoa lửa Hoa đăng vạn ánh
Kính dâng lên Đấng Pháp Vương...

Một túp lều tranh xiêu vẹo
Lão Bà hành khất bên đường.
Áo bốn mùa tơi tả,
Cơm mỗi bữa đói thường.

Lang thang xin bố thí
Lòng nhân khách qua đường,
Hai đồng tiền giữ kỹ
Quên thân đói còm xương,
Quên cơm thừa rỗng bị,
Quên tủi hận chán chường –
Mua dầu thắp sáng cúng dường Như Lai.
Đèn Hành Khất, đèn chai sứt mẻ
Chứu "giu tùi" của kẻ bần nhân.

Vét vơi dâng một tấm lòng,
Ngọc đèn thành khẩn soi trong túp lều.
"Lạy Từ Phụ! tin theo Phật Giáo,
Con sống theo nếp đạo thiện lành.
Đường đời đau nếp nhân sinh,
Thân con cuối chợ đầu đình lê la.
Muốn cúng Phật: trồng hoa phước huệ
Công đức này mong để mai sau.
Cầu xin oai lực nhiệm mầu
Nguyện cho đủ sáng đèn dầu suốt đêm..."

Sức chú-tâm linh diệu
Đèn phần phật cháy lên
Dầu thiêng không vơi cạn
Đẹp tới buổi bình minh...

Đèn bạc nạm ngọc châu
Cung Vua tới Đế thành
Suốt đêm tàn le lói
Quanh tịnh xá cung nghinh.

Phật dạy đức Kiền-Liên Bồ Tát,
Bước đi tắt nốt các cây đèn!
Vách nghèo đèn vẫn bừng lên,
Ba lần thổi vẫn ánh đèn sáng trưng.

Thấy sự lạ, Ngài dùng chéo áo,
Mảnh cà-sa quạt đảo oai thần:
Lửa thiêng gặp gió thần thông,
Ngọn càng rực rỡ chiếu lòng Kim Cương.

Đức Phật tới ngăn đệ tử:
"Ngọn đèn hành khất dị thường
Là ánh hào quang vị Phật
Tương lai chứng quả mười phương..."

Rồi giữa hoàng thành tráng lệ
Sau bao nghi lễ cúng dường,
Thọ ký lão bà hành khất.
Chư tăng tán thán tâm hương...

Đèn Hành Khất, Đèn Đế Vương
Phát ra ánh sáng cũng thường như nhau.
Tâm-Linh mới thật sang giàu:
Khung Kim-Cương để gồm thâu ý vàng.

Phật Đản 2508 (Giáp Thìn 1964)

Chợ Tết

Dựa hờ cửa ngõ, mắt xa trông
Rộn rịp người, xe, kẻ gánh gồng:
Liến-xiến tha mồi chen chúc kiến,
Lao xao tìm mật nức nao ong!
Vàng, xanh, đỏ, tím, hồng pha lục
Không bạc trong tay chớ có hòng!
Tôm, cà, cua, bò, gà, vịt, lợn
Không cầm "giấy nợ" chớ hòng trông.

Tàu sang: Hường, Táo; Tây sang: rượu;
Túi lủng thì... no mắt đói lòng!
Hàng tơ áo gấm chưa may được,
Đừng mộng Xuân này đón cố-nhân.

Người sang trăm thức tăng xuân vị,
Kẻ tiện loay hoay mấy quả bòng!
Công lý không đau thằng bạc-ác,
Thanh bần chỉ thiệt kẻ hiền-nhân.

Thời thôi, ẩn dưới đài thơ ngọc,
Có có, không không, cũng cóc cần!
Chen chúc xin nhường ai phía chợ,
Quay nhìn sông núi Ý lâng lâng...
Mai rùa kiếp tục thân mang nặng,
Cánh hạc miền Tiên trí vượt tầng
Mộng đắm Nghê-thường giao Vũ-Khúc,
Hồn mơ Minh-nguyệt luyến Thanh-vân.

Thiên Y núi Tháp sương huyền ảo,
Sư Nữ chùa hương khói thoát trần...
Cay đắng lưỡi từng tê vị thế,
Ngọt ngào môi đọng chất Tiên-Trân:
Phút giây "thoát xác" hồn mây núi,
Để khối thân trơ gió bụi Trần!
Sực tỉnh, mới hay mình đãng trí:
Kia kìa, bên chợ khó chen chân
Trai mua, gái trả, già xô trẻ:
Thiên hạ tô bồi bộ cánh Xuân!

1958

Chuyển Pháp

TRƯỚC RẰM HẠ NGUYÊN

*LINH từ hốc đá chân rêu bám
PHONG lãnh rừng cây nhánh dậu đơm
CỔ sát chuông im hồi Diệu Pháp
TỰ quan trống lặng nhịp Chơn-ngôn.*

SAU RẰM HẠ NGUYÊN

*TĂNG nhân xuất trí Tràng-Y sáng
THÍCH tử trì tâm Bảo-Tọa thơm
HẢI ấn mật âm triều Tịch Diệt
TUỆ đăng hiển lộ ngưỡng Tông-môn.*

(Cảm đề Linh Phong Cổ Tự)
1972

Cổ Tháp Bên Đường

Dưới chân Cổ Tự Linh Phong,
Thời gian đá lỡ chất chồng Phế Hưng...
Tháp ni-cô ẩn bên đường,
Giậu bìm khuất lấp, khói hương lạnh tàn.

Trăm cấp chứng dịu dàng bóng đổ,
Nắng mưa cam, giông tố kiên trì.
Xưa lên Phong-lãnh quy y,
Tương rau khó kiếm huống gì cam, lê!

Chắc vấp ngã đi, về, kiếm củi,
Nấu cơm bần – đúng cội Thiền-gia!
Dẫm gai, né rắn, tìm hoa,
Đèn mù-u đủ nhập nhòa soi Kinh.

Chắc những buổi bình minh chiếu rạng,
Quét sân chùa... mắt thoáng xa trông,
Nhìn non lở cát bồi sông,
Lòng thương cõi tạm phí công vô thường.

Chắc áo rách đêm trường khâu vá,
Mảnh rẻo chằm thành bá-nạp y,
Đường kim là bước hành-trì
Dẫn theo mũi chỉ tự quy Tâm mình.

Chắc tịnh khẩu như Bình kín nắp,
- Nào với ai khoe cấp khoe cao!
Bản lai diện mục quay vào,
Âm thầm với Đạo dạt dào với Kinh.

Chắc đêm biếc lung linh toả sáng,
Trăng nghiêng mời Bỉ-ngạn rong chơi
Thân tâm nhẹ thoát tuyệt vời,
Sát-na nhập Pháp khoảng trời vô biên.

Người chôn kín dưới miền Cổ-Tháp,
Niềm tư duy Hư, Giác đạo mầu.
Bên đường cỏ vấn bìm khâu,
Nén hương bần nữ dâng hầu Giác-linh.

Cung Nghinh Xá Lợi

Bao giai cấp truyền chung niềm hoan hỉ
Hợp muôn lòng hòa muôn ý thanh cao.
Đây thế-nhân say mạch sống dâng trào,
Cờ Chân Thiện biểu tình không bắt buộc!
Đạo thơm ngát, thơm lây hồn non nước
Đức hòa nhân, nhân chung bước tự -do.
Uy lực vô hình mấy tiếng "nam mô",
Đầu cúi thấp vạn tín đồ Phật-giáo.

Người rước lễ cảm dâng niềm tâm-đạo,
Người đón nghinh rung gợn đức từ-bi.
Lòng hân hoan sao lệ ứa lên mi,
Nhuần ân-huệ sáng thơm vào nội-giới!

Người nối người, Phật-kỳ bay phấp phới
Đường tiếp đường, Thiếu-nữ rắc tung hoa.
Đoàn Thiếu-nhi xưng tán Đại-hiền ca,
Già, trai, trẻ đều hướng nhìn Kim-Tháp!
Ngọc Cứu-Khổ, ngọc đọng mầu Chánh-pháp

Ngọc Từ-Bi, ngọc giải thoát độ nhân,
Ngọc hy sinh, ngọc mầu nhiệm vô ngần,
Tinh-hoa đọng ba nghìn năm chưa rã...
Lạy đấng Từ -Phụ uy linh cao cả!
Mắt trần nhơ từ được thấy Kim-Thân
Chúng con quỳ đảnh lễ hồng ân –
Hồn thanh nhẹ tưởng như vừa thoát xác.
Ngọc Xá-Lợi, từ xưa, chư Bồ-Tát
Chư Kim Cang, chư La Hán nâng niu...
Truyền thế gian bao tiền kiếp qua nhiều,
Đời trân trọng lưu kính thành tuyệt đối!

Con cầu ước sắc thân khi đổi mới,
Nghiệp-lực tàn cho tâm-thức thay mầu.
Nhận luân-hồi dù trăm kiếp mai sau,
Hồn thanh khiết đổi mau qua thân khác
Tâm thành đạo ngàn đời theo gót Phật,
Và phước duyên nối kiếp bái Kim-Thân.
Sức nhiệm mầu hướng dẫn Thiện vào Nhân
Như Ngọc Xá Lợi nằm trong Kim Tháp...

Mười phương Phật trầm hương bay bát ngát
Mắt đăm nhìn Kim Tháp lệ rưng rưng
Mộng thế gian giây phút bỗng im ngưng,
Kinh vô thượng kết muôn người một hướng.

Đại Nguyện Sa Di

Đốt tan Tham vọng siêu cường,
Đốt tan Sân hận chia đường Bắc-Nam
Áo Sa-di điểm thân vàng
Bừng bừng ánh lửa Kim Cang tuyệt vời.
  Tâm thành dâng Đại nguyện,
    Viên Đạo phụng Ba Ngôi.
Giới Đàn Viên Mãn và người Viên Tâm.
Biển Đời xao xuyến trăm năm...

Tay người phủi nhẹ bụi trần Hai mươi!
Bước xuyên một vút Cung Trời
Siêu âm Đại nguyện đẹp cười Sa Di.
  Ngàn trái tim xúc động
  Hai hàng lệ dâng mi...
Chuyến xe chở huyễn thân đi,
Tần-già Bạch Hạc nghinh quỳ Giác Linh...

Mù say cuộc chiến Đao Binh!
Có nghe Sông Núi trải tình Sa Di ?
Ác Tâm hừng hực cuồng si!
Có nghe Đại Nguyện Sa-Di hiến Đời?...
Cảm tác ngay sau khi Sa Di Viên Đạo tự thiêu
Tại đỉnh Kim Thân Phật Tổ 25/09/1973 - Năm Quý Sửu

Đạo Vàng Xuất Hiện

Ngai Vàng: tuyết phủ
Đền Ngọc: mây vần
Tình duyên: Chiếc lá ngoài sân
Lợi danh: Thuyền ngập giữa dòng bể mê...
Trí đơm ánh sáng
Pháp tọa Bồ Đề
Đạo mầu chiếu dịu sơn-khê
Chiếu tan vạn vật giấc mê nghìn đời.
Muôn vì tinh tú,
Vạn ánh trăng tươi,
Vầng Dương rực rỡ cao vời,
Góp thua ánh sáng Đạo ngời uyên thâm.
Ma Vương nép lặng
Quỷ mị run câm
Đất rung chuyển động sáu lần
Hoa rơi phủ kín Kim Thân sáng ngời...

Thấm nhuần thiền-định
Giải thoát luân-hồi
Long Thiên Bồ-tát nghìn nơi
Lắng nghe Giác-ngộ chuyển dời Pháp-luân.

Ánh Vàng bất diệt
Chiếu mấy ngàn Xuân
Chiếu tiêu dục vọng Tham, Sân,
Nở Hoa Bác-ái, ngát Trầm Từ-Bi
Chuông ngân mầu nhiệm
Mõ nhịp huyền-vi...
Nghìn năm vũ-trụ thiên-di,
Pho Kinh diệt Khổ giữ uy-lực truyền...
Ánh Đạo thiêng, Ánh Đạo thiêng!
Qua bờ Chánh-giác có thuyền Từ –Bi.
Hiện thân Pháp-bảo; Tăng, Ni
Tiếp soi ánh sáng lưu ly nhiệm mầu.
Quán Giáo-lý xây cầu Tâm-Đức,
Để chuyển di nghiệp-lực đời riêng,
Nhuần Kinh tìm hiểu căn-duyên,
Nhân gieo đất tốt, hưởng nguyên Quả lành.

Lễ kỷ-niệm ngày Thành Đạo sáng,
Ngợp dư-âm xưng tán Hồng-danh.
Ai ơi! góp sáng tâm-linh,
Góp hương nội-giới, góp tình vị tha!
Diệt nghiệp chướng kiêu-sa, dục lạc
Phá tham Cầu, Lợi, Sắc, Tài, Danh...

Nguyện xin thế-giới chúng sanh
Có thân tự -giác, ý lành vô ưu.
Đèn Tam Bảo ánh ngời Chánh pháp,
Đoàn con thơ ngơ ngác nhân-sinh...
Nhờ ơn Từ -phụ uy linh,
Nước Cam-lồ tắt chiến chinh lửa cuồng.
Mạch tâm ác khơi nguồn Chân, Thiện
Nhạc đại-đồng rung chuyển hoà âm...
Đạo mầu vi-diệu uyên thâm
Quỳ hương phát nguyện, dâng trầm Quy-Y...

Phật- đường ánh nến uy nghi
Chiếu tâm Phật-tử, chuyển di nghiệp lành.

Đêm Bão

Lặng trên gác vắng một mình
Nghe hồn Bão Tố tung hoành đêm nay
Tưởng yên cửa đóng then gài,
Tay lần tràng hạt quên ngoài gió mưa.
Nào hay bão lọt song thưa
Mang lời viễn xứ trăng mùa Mạnh Đông...
Ấm trong một góc tịnh phòng
Lại run bão tố xoáy vòng dặm khơi.
Gió gieo bao kiếp qua rồi,
Mà đau bão hái một trời thê lương?
Đã nghe thấm ý muôn phương,
Đã nghe biển núi đoạn trường đêm nay...
Gối ôm nhìn nến chao lay,

Giọt hồng sáp đổ... giọt đầy Tâm Thơ:
Té ra cửa mộng khép hờ,
Một vùng bão rớt mấy giờ tư duy!
Lần tràng... niệm chú Đại Bi
Niêm phong Cửa Mộng khóa trì Cửa Tâm.

Lắng nghe chân bão xa dần
Chùa bên kinh sáng ngũ-phần-hương bay
Không gian vàng sóng xô mây
Làn ngân Hải Đức tràn đầy bình minh.

(4 giờ sáng 17/10 Quý Sửu – tháng 11/1973)

Đêm Huyền

Lòng tằm ươm kén chứa chan
Ơn dâu phải nhả tơ vàng cho dâu...

Tu nhà năm mấy tuổi đầu
Lẽ huyền chưa đạt thâm sâu Bến Bờ
Chừ nương cảnh chợ sống hờ
Thử xem nhẫn nhục còn chờ những chi?
Niết Bàn - Địa Ngục bất ly
Ngoài-trong cánh cửa có gì đâu xa:

Mở thương cảnh loạn Ta Bà
Khép Tâm tịnh lại ấy là Chơn Không.
Hoàng hôn núi hút khối hồng
Chim đêm vẫn mộng phiêu bồng Bình Minh;

Trăng Vàng khuất nẻo phù sinh
Gió khuya ước hẹn đăng trình Trăng sau.
Đường đời dẫu vấp chân đau
Há quay lưng phụ nhịp cầu vô biên?
                    *

Giấc khuya đầy đọng triền miên
Nửa thương Tục Đế, nửa nguyền Chơn Như.
Trăng nương gió lật trang Thơ
Đèn khuya bấc lụn trầm tư đêm huyền.

Hải Ấn Thiền Viện

Hang Cọp nay đà có Phật
Rừng hoang mai sẽ nên Chùa
Núi dâng hoa vàng nguyệt nhật
Mây chầu phướn thắm chiều trưa...

Hải triều âm-ba vi diệu
Ấn son Phật-địa tác duyên
Thiền môn hào quang rực chiếu
Viện thâm Ni tịnh uyên huyền.
Đồng căn Sư-phụ giáo truyền
- Sư Thích Giác Phong siêu việt –
Giác Hải Huynh dựng Lâm-thiền,
Hải-Ấn Tỷ xây Thiền Viện.

Suối chuyển khe dâng Ngọc Tĩnh
Non nghiêng đá trải Niệm Đường
Núi chuốc đài sen chóp đỉnh
Chờ duyên hiển hiện cành Dương...
Hoa Như-Lai ươm vườn huệ
Chim Thần cánh ngợp trầm hương
Sông chuyển tin về Nam Hải
Đợi ngày Đá dựng Kim-Cương.

Hoàng Hạc Quy Xứ
Hạc Tẩm Hương Trầm

Thơ điếu Sư Bà Thích Nữ Diệu Không

Một hoa giáp xếp gấm bào mệnh phụ
Giữa thu hoa vứt trâm ngọc thiên kim
Hướng Thắng-man cho sắc lặng duyên chìm
Vọng Kiều mẫu khoác y vàng áo vải.
Dẫn dắt đường tu từ hàng quý phái
Hàng sơ cơ vô học cũng tâm thông.
Chấp duy-na thánh thót giọng chuông đồng

Trượng phu tướng uy nghi năm vóc phục
Thọ đại giới khắc sâu lời phú chúc
Kinh Lăng già ấn nguyện tỏa minh châu,
Sóng gió thuyền chao mấy lớp cồn dâu
Miền Trung đọa như nhiên an lạc hạnh,
Ơn khuyến hóa trực nhìn màn huyễn cảnh
Đại chúng từ dung, đệ tử ly phàm
Dựng Ni trường, Ni tự suốt Trung Nam
Khai mở Liên Hoa ươm nhuần hương đạo,
Viên đá đầu tiên viên thành ngọc bảo
Đá nâng cao ngôi thờ tự Như Lai
Đá kê vai nền móng dựng kim đài
Đá ẩn tướng ẩn sâu lòng đất Tổ...

Những viên đá đầu tiên cựa mình trăn trở
Mây Thừa Thiên ra Bắc báo tin tang.
Gió Ngự Bình thông điệp hướng phương Nam
Từ Tả ngạn dòng sông Hương mờ gương lệ
Chuông Diệu Đức trỗi ngân lời diệu kệ
Trống Kiều Đàm nhịp pháp chuyển lôi âm.

Những phách công nương mạng phụ phi tần
Bỗng quần tụ vẫy tay nghinh đạo phẩm.
Hàng pháp muội, ni sinh tràng phan gấm,
Có Diệu Quang thánh nữ nhẹ tung hoa
Tầng thiên cung Khổng tước nhã âm ca
Mây cuộn sóng đẩy thuyền trăng bỉ ngạn...
"Hoàng Hạc nhất khứ bất phục phản"
Hoàng hạc quy xứ Hạc tẩm hương trầm
Ôi bao la cánh Hạc đã gieo ân
Rồi vút bóng nhập huyền môn non Tĩnh.
Đôi tay chắp hương sen lồng gió lạnh
Mắt vương vương chớp mộng hướng mây vàng
Diệu âm ngân tỳ trúc ngút không gian
Sương sa ngọc nhập đôi hàng châu lệ.

Tâm Tấn khấp bái

(Nữ sĩ Tâm Tấn, quả phụ của Ô. Bửu Đáo tại Nha Trang)

Hướng Dẫn

Ngày Thành Đạo, Đấng cao-thâm Điều-Ngự
Chuyển Pháp-luân trên vũ-trụ huyền-vi.
Tinh tú thơm hoa Bất-diệt Từ -Bi,
Ánh Đạo sáng chiếu mười phương thế giới...

Nước Trần-Tục, Tỉnh Vô-thường u tối :
Núi Kim-Cương, non vàng ngọc trân-châu.
- Quỷ Ma-Vương làm chủ – trái Tham Cầu,
Hoa Bất-Thiện sum sê cành Tội Lỗi.
Lũ Quỷ -Mị khéo đưa đàng dẫn lối,
Một hành-nhân theo vội bước Tinh-Ma:
Ngụp sông Mê, lội thác đắm kiêu sa,
Vọng tâm để đổi trao Hồn, Trí-Huệ.
- Bao giây phút mắt thâm mờ bởi lệ,
Đường Bi-Sầu chân dẫm bước chông gai
Bao tháng năm mơ ngọc núi vàng ngai,

Khối Tim não héo rơi mầu Tâm Thức –
Vẫn tuyệt đích: núi trân-châu sáng rực,
Hái Tham Sầu: mơ luyện thuốc Trường-sinh ;
Đem tinh-hoa cùng nội giới Chân Minh,
Và Mỹ, Thiện, dâng Ma Vương tất cả.
Bước lại bước... kẻ hành nhân hối hả,
Từng nhịp chân tàn tạ kiếp Nhân sinh;
Đi rồi đi... trong cõi mộng vô minh,
Từng nhịp bước xới loang dần nấm huyệt!...

Pháp-luân chuyển... nhiệm mầu cung Nhật Nguyệt
Luân Hồi xoay trác-tuyệt máy Huyền Vi.
Đấng Thế Tôn, trên Pháp tọa oai nghi,
Ánh Tâm-Lực chiếu hào quang sáng Đạo.
Thương xót kẻ hành nhân tìm hư-ảo,
Đắm linh-hồn theo lục-đạo vô minh.
Ngài thiết tha gọi: Hỡi kiếp Nhân-sinh!
"Dừng chân lại! ghé bên Đài Tự Giác.
Đây tứ quý hoa Tịnh. Thường, Ngã, Lạc
Thấm mùi hương ngao ngát vị Ưu Đàm.
Đây Tam Quy trái thơm sắc nâu lam,
Và Thập Thiện nước suối mầm Giải Thoát.
Con hãy học phép Thanh-Văn Duyên-Giác,

Lục Độ tràng, Tứ -Nhiếp-Pháp cao thâm.
Ngậm Vô-Ưu tăng uy lực thân tâm,
Diệt Tứ Khổ, diệt Ma Vương, Ngạ Quỷ!
Cõi huyễn mộng, đây ngọn đèn Chân Lý
Soi mê mờ tới vạn kỷ nhân-sinh.
Trí, Tâm con sẽ bừng ánh quang minh,
Đem Chân Thiện mở kho tàng Phật Pháp.
Thâm Đạo Hạnh trên Đài tâm Tự Giác,
Con bước ra mang vạn-pháp hoằng dương:
Con thấy chưa? Bên núi ngọc, kim cương
Hố Hiểm Ác kề chung Hùm, Rắn độc;
Non Danh-vọng nghiêng nghiêng chìu thảm khốc,
Bể lệ tràn sóng quật đắm kiêu-căng.
Và trái hoa Bất Thiện: thức hôi hăng
Máu vô-thỉ của Đau sầu, Khổ Dục
Để mong chín kết trong Vườn Trần-tục"

Rồi...
Pháp-Luân xoay chuyển, Pháp Ngôn truyền...
Hai nghìn năm, Từ Điển Giác uyên nguyên
Thuyền Bát Nhã đậu quanh miền Tế Độ,
Tay Hướng Dẫn sức nhiệm mầu Diệt Khổ.

(Kỷ niệm lễ Thành Đạo năm Đinh Dậu 1957)

Kêu Gọi Hòa Bình
CHỐNG PHÁT MINH HẠT NHÂN
GIẾT NHÂN LOẠI

Tháng 6 / 1986

Đất chở, Trời che, Nhân sinh ở giữa
Cùng một loài sinh động khắp Đông Tây.
Kiếp kiếp bảo tồn Tình người chan chứa
Cuộc sống Thế Gian văn hoá chia đầy.
Đông Phương đẹp núi sông ngời Cẩm Tú,
Âu Tây sang non biển rạng huy hoàng.
Mỗi Tổ Quốc mỗi trang vàng lịch sử
Nhân hòa Nhân Hoa gấm phủ giang san.
Nhưng...
Óc khoa học phát minh phô vũ khí,
Hãi hùng dâng ngun ngút tới Tinh Cầu!
"Hạt nhân ác" đã thâm vào Não Tủy
Ôi, thần linh cũng che mặt, rơi châu!

Hoa Thiếu nhi thiêu tàn từng búp nụ
Hạt nhân nào tiêu diệt hạt Nhân sinh?
Kiếp nhân loại sẽ hóa thành dã thú
Cuồng điên đưa Thế giới diệt Văn Minh.
- Sẽ sụp đổ kỳ công thời Thánh Sử,
Và tiêu tan dấu ấn buổi sơ nguyên...
Bao tinh hoa của Anh Hùng liệt nữ
Từ nghìn xưa Lập quốc để trao truyền.

Rồi sẽ thấy quả tim người hóa Quỷ
Phá lâu đài chui rúc sống vào hang;
Rồi người sẽ mọc lông như thú dị

Óc lăn quay trên Đất chết điêu tàn!
Không còn tiếng cười reo như suối mát
Của Hoa-nhi tay vẫy cánh Thiên Thần
Và chim chóc muôn tầng Thơ nhả nhạc
Còn nghe đâu thánh thót vọng huyền âm?
Bầu sữa ngọt ngào những người mẹ trẻ
- Điện sống Cam-lồ từ ái cho con —
Sẽ cháy rụi Hai ngàn năm, Thế hệ
Khô khốc nguồn Sương, thiêu sống Hoa non!

"Giữ Bầu Trời Trong Xanh Cho Thế Giới"
Ngậm Thanh Bình vun vút cánh chim Câu
Mưa Sấm Ác hạt nhân tràn dữ dội
Sứ Hoà Bình có thoát cánh Diều Hâu?

Bốn Biển Rộng! hút lòng Trời ý Phật
Lời hiếu sinh triều dội khắp Năm Châu!
Năm Núi Lớn! hãy truyền âm Trái Đất
Nỗi khổ ngày mai, khủng khiếp ngàn sau!
Trí ác phép phù, Ác nhân hiển hiện
Đem hờn căm gây áp bức Địa Cầu
Quấy vũ trụ cho Hành tinh tắt biến
Và nhân sinh giãy giụa xác không đầu!

Hằng hà, hằng hà, Á Âu chủng nguyện
Đại Tâm Điền gió Pháp lướt Vô Thanh
Và thế giới Ba Ngàn đang lặng chuyển
Khởi huyền cơ cho Bi Nguyện Viên thành.

Nha Trang tháng 6 năm 1986

Khai Đạo

Gió Tháp lướt nâng Từ Vân kết tụ
Phước Huệ Giới-đàn Thích-tử hợp dung
Đồng nấu kiên trì, Đá luyện lao lung
Mang tâm pháp trước linh đàn thọ giới...
Cửa tịch tĩnh mười phương về một lối
Chung ba miền giác lộ bước thênh thang
Gươm Đại Thừa phăng sáu nẻo hoang mang
Cờ Tịnh Độ diệt ba căn khủng khiếp.
Ý đẹp Lầu Chi khởi từ Lộc Uyển
Hơn hai ngàn năm bất biến Kim Cương.

[Sương mong manh phô diễn cảnh vô thường
Mây huyễn hoá phất phơ tình hữu lậu
Nẻo thỏ đường dê nhạc trần tiết tấu,
Tâm phàm phu chưa chợt tỉnh cơn mê
Thây chất cao non hí lộng trò hề,
Hơi nguyên tử trá hình mây gấm vóc]

Suối Thập Thiện chuyển trong dòng bạch ngọc
Nguồn uyên nguyên Bồ Tát hạnh luân lưu...
Khe Sa-Di phiến thạch lọc Luân Hồi
Mây hoá độ nghiêng soi vùng Bản Thể.

Thác giới Tỳ-Kheo hiện bày Chơn Đế,
Ôi, Khe, Nguồn, Suối, Thác chuyển về khơi.
Mà đại dương Chư Phật rộng muôn đời
Tâm vô thỉ mở chân từ tiếp nhận...
Lộng nếp y vàng viền khâu Bách Nhẫn
Gió Bi hoa rung động thuở Năm Ngàn
Sấm Tông-môn ba Tạng chớp rền vang
Thuyền Mật pháp cập giới đàn chủng nguyện.

Trì lục độ, độ sanh trầm ảo huyễn
Tứ nhiếp hành tiếp chúng luyến Vô minh.
Gánh báu tư lương hướng bước hành trình
Thọ pháp phục ấn tâm lời diệu kệ:
"Thiện Tai Giải Thoát phục
Vô thượng Phước Điền Y
Thọ trì Như Lai mạng
Quảng độ chư Chúng Sanh."
Quỳ vâng Pháp ngữ phụng hành
Dấu chân Ca-diếp bóng hình A-nan
Dư âm chúc lụy âm vang
Mở duyên Khai Đạo Giới-đàn độ sanh.

(Đại Giới Đàn 19/09/1973 – Quý Sửu)

Khen Con Mèo

Chẳng hiểu mèo tu tự kiếp nào
Sáng, trưa, chiều vẫn thích ăn rau.
Khôn rình giàn bếp thơm xâu cá,
Nỏ chực mâm cơm béo thịt xào.

Tu hí! thôi đừng banh xác chuột
Hiền nghen! trăm sự cứ "ngao, ngao"
Đã căn duyên có căn duyên trước
Thoát lớp lông kia mặc gấm bào.

8/ 1971

Khóc Cha

Lòng đất mở đón hình hài cha xuống
Trầm vương mây rước hồn phách Cha lên
Cha ơi Cha! con như kẻ quên tên
Một phút cảm lịm hồn trong ảo ảnh...
Mặt trời rụng dưới mồ sâu huyệt lạnh
Để trần gian mầu sắc chết thiêng liêng.

-Vấp ngã chân đi lầm hái ưu-phiền
Con an ủi chiều nay về Cha Mẹ
Bước tới ngõ thấy mình như nhỏ bé,
Tìm kêu Cha hỏi Mẹ để an thần.

Ấm áp thương yêu ánh mắt từ thân
Xoa dịu những vết tay Đời móng vuốt!
Hiểu con nghèo không vàng tô ngọc chuốt,
Không tơ nhung, không xe đạp nhà cao.

Đâu có miếng ngon mỹ-vị sơn-hào,
Không sâm-yến dâng bồi hai tuổi Thọ
Ngày ngày vẫn trông chừng nơi cửa ngõ
Ngóng con về – như thuở nhỏ đầu xanh
Con ham chơi nơi trường học sân đình,
Dưới mưa sấm hay nắng hừng lửa bạo!

Tới tuổi lớn khôn tự tìm cơm áo
Thả vào đời, cha mẹ luyến thương nhìn
Tấm hồn non không mảnh giáp che tên
Loạn gió chướng tuổi thiên-thần gãy cánh...
Ấp ý suy tư làm hương kiêu hãnh
Ủ men đời kinh nghiệm sánh kho tàng!
Tuổi bốn mươi mình vẫn thiếu khôn ngoan
Vô-ý vấp bẫy nhân tình thế thái.

Cây ngọt đất lành vườn cha ươm trái
Giấy học trò gói lại cột giây quanh,
Mối lạt mở ra, trái chín thâm tình
Cha cười bảo: "để dành cho con đó!"
Ngọt lịm vị đời hương gây mùi nhớ
Biết làm sao tìm vị sắc ngày qua:

Cha bảy mươi, con đã bốn mươi ba,
Con vẫn thấy Cha thương mình bé bỏng...
Lạc hướng chân tình, đìu hiu cuộc sống,
Tinh thần con chồi rễ bức văng xa!
Khắp thế-gian không hương sắc tình Cha,
Con chỉ gặp những thứ tình hời hợt.
Ai xoáy tận tim, ai day tận óc
Đọc Liễu-Sinh cho tiếng khóc đừng rên,
Tụng Vu-Lan tìm báo hiếu câu Kinh,
Nhưng hồn trí "Cha ơi Cha!" vang mãi...

Cha ơi Cha! bao giờ Cha trở lại,
Bao giờ con bước xuống huyệt thâm tình?
Vướng giây trần chưa dứt nợ nhân-sinh,
Con đón nhận những phũ phàng bội bạc!
Mỹ-vị, sơn-hào đũa ngà chén ngọc,
Sao bằng Cha dĩa đất đựng khoai lang?
Chả Phượng nem Công tiệc đẹp mâm sang,
Món bánh tráng cuốn đường: Cha vẫn nhất!
Con biết tìm đâu tình thương thực-chất,
Chỉ là hương ảo ảnh mãi, Cha ơi!
Cha mang theo tình Vĩ-Đại trên đời.

Khóc Con

(Viết tặng hương hồn con, Vĩnh Đức)

Xác con làm thơm Đất Nước
Hồn con làm ngát gió mây
Hình hài môi thắm má hây
Mưa run ai ấp, nắng gầy ai che?
Nhớ thương lòng Mẹ tái tê
Ngày nào đất thả con về, con ơi!
Mơ ảo mãi giọng cười nét khóc
Dáng Kim-đồng sắc ngọc thơm bông.
Kiêu kiêu mẹ nhận kỳ công:
Ngàn hương tứ-quý do lòng sinh hoa.
Môi son nốc giọt ngà âm ấm,
Mắt nhìn Me thấm thấm nguồn thương

Ai giao rót huyết pha xương
Con là tất cả phi thường, con ơi!
Phút con biết sắp rời xa mẹ
Mắt đăm nhìn trào lệ đau thương.
Oằn trên tay Mẹ phần xương,
Phần hồn lẫn với nguồn thương, biến rồi!
Ai nỡ cướp con tôi măng sữa,
Chôn vùi sâu, cách cửa âm dương!
Nơi đây hơi Mẹ ấm giường,
Sao con nằm chốn gió sương mưa dầm?

Dưới huyệt trũng, nắng hầm thiêu đốt
Héo thân con, đau buốt lòng Me!
Mưa Đông rồi tiếp nắng Hè
Đất vun cỏ đắp khôn che ấm tình
Này, Mẹ giữ áo xinh mấy chiếc
Ấp bên lòng thắm thiết hương son.
Đêm đêm hư ảnh chập chờn
Tay ôm siết áo, tưởng con nằm kề!
Tâm cuồng loạn, mê mê tỉnh tỉnh

Con tôi đâu? Ai phỉnh đi rồi!
Cửa Âm mở rộng cho tôi
Nhìn con khoảnh khắc mỉm cười trong mơ!
Con, con hỡi! tóc tơ mấy sợi
Còn vướng theo mũ gối con đây!
Hình hài môi thắm má hây,
Nhớ cười chim hót, nhớ say hương nồng?

*

Gió nước biển... bâng khuâng trầm ngát
Đất lửa tan... man mác hương thơm
Đêm đêm hư ảo chập chờn
Lòng rưng rưng khóc vọng hồn con thơ!

Không Biên Giới

Phật giáo các nước họp tại Nhật Bản, kêu gọi Hòa Bình

Góp ý trùng dương hải-lý về,
Gió Tình Thương tỏa thấm sơn khê;
Biển xa núi cách ơn trao lại,
Mẹ Á cha Âu nghĩa hẹn kề...
- Ôi, Biển xuôi dòng, Non ngắm chung,
Trời Nam nhật nguyệt hưởng chung khung;
Trí hẳng mưu chước chia ranh giới,
Tâm mới Sân Mê cách vạn trùng...
Để phải Hoa-nhi mất cội cành,
Phũ phàng trút nặng những đầu xanh:

Miếng cơm ly loạn trong gươm súng,
Mảnh áo cơ hàn giữa chiến tranh!
Nay lấy Tình Thương xóa sắc da
Á Âu thắm thiết nghĩa bao la
Luân hồi bảy kiếp chia trăm ngả
Duyên nghiệp ba sinh vốn một nhà.
Biên giới... không còn biên giới ngăn
Biển Âu non Á, gót hài Tăng
Biện-tài thu hút Tình Nhân Đạo
Chiếu diệu Mầm Non giữa giá băng...

18/2 Giáp Dần

Không Đề

Cuồn cuộn phù sa trải trắng Sông,
Sông mang ra Bể gạn trong dòng,
Dòng luân lưu nhập uyên nguyên Thủy,
Thuỷ chiếu lòng khơi Đại Hải Chung.

**Đứng dưới Điện Quan Âm (chùa Hải Ấn)
nhìn ra dòng sông...**

Kính họa bài
"Kim Thân Phật Tổ"
của Thượng tọa Chơn Đế

Bốn phương đất nước một màn Đông,
Sắc tướng Kim Thân rực ánh hồng
Biển trải niềm Bi dâng trước mặt
Chùa nâng ý Giác vọng bên hông
Hai vầng Nhật Nguyệt triều Kinh tỏa[1]
Bảy phách Tinh-Khôi gió Pháp lồng[2]
Quỳ trước kim đài chung ngưỡng vọng:
Cam-lồ Đuốc Tuệ cứu Non Sông.

Nha Trang 27/11/1972

---

[1] Trông ra Nam Hải khi mặt trời và mặt trăng từ lòng biển nhô lên, tưởng tượng đó là triều dâng Kinh Vàng.

[2] Quanh đài sen của Kim Thân Phật Tổ có khắc biểu tượng bảy vị Thánh Tử Đạo.

CẢM ĐỀ
Linh Phong Cổ Tự

Chót vót Linh-từ dựng đỉnh non,
Danh lam cảnh sắc mấy triều son
Sân rêu hưng phế mầu thêm đậm
Chuông lượng tang thương dấu chẳng mòn.
Nẻo cũ bâng khuâng nhìn cổ sát[*]
Đường xưa phưởng phất vọng kim ngôn[*]
Hai trăm năm trước, ngàn năm nữa
Cổ Tự Linh Phong vẫn bảo tồn.

---

[*] Thầy Đồng Minh họa:
"Gạch đá ngói vôi huân cổ sát
Cỏ cây rừng rú nhuận kim ngôn."

Long Hoa Tam Hội
Nguyện Tương Phùng

Quá Khứ Kiếp Trang Nghiêm Vô Lượng Phật
Nối ngàn sau Chư Phật kiếp Nhân Hiền:
Nương Biển Từ vô lượng kiếp uyên nguyên,
Vâng Chúc Lụy sáng cung trời Đâu Suất.
Cười Từ-Niệm thương Đời xoay Bát Thức,
Tâm bao dung xót chúng lụy Lục Căn,
Khi xoa đầu Lục Tặc quấy tung tăng,
Khi cười đẩy Tâm Vương về Tứ Trí.

Đức Thích Ca đã chọn truyền thọ ký
Thiên Nhơn Tôn Từ Thị mở Long Hoa,
Tám giọng Phạm-âm khai chuyển Pháp Tòa,
Ba Hội độ Thanh-Văn thiên ức chúng.
"Đại Đổ Năng Dung" bao dung tròn bụng,
"Từ Nhan vi tiếu" ban lạc dài cười...
Trau Tâm, phụng Đạo, thương Đời,
"Lai sanh Ngã Pháp trung, lời Đương Lai!

Lời Cầu Nguyện Hòa Bình

Thắp nến Diêm-phù xin châm lửa Tuệ
Trầm hương dâng, xin ngát Pháp Hoa tâm
Đàn con thơ thống thiết vọng hồng ân
Lễ Thành Đạo xin chuyển vần Xe Pháp.
Lạy Từ Phụ, quê hương con đổ nát
Vì Tham Kiêu đã khoác lốt cuồng chinh
Hai mươi năm thây chất bởi vô minh
Tưởng Tiên Dược đem Trường sinh Bất tử:
Chủ nghĩa này trưng chiêu bài, đưa nhử!
Ý thức kia "Đời nguyên tử" khoe trao!
Năm tiếp năm vết đạn xoáy bom cào,
Ngày tiếp tháng núi sông gào "độc dược"!

Lạy Từ Phụ! xin ban niềm mộng ước
Bóng thanh bình làm linh dược hồi sinh.
"Xin khước từ những chiến-bị văn minh
Lừa tiểu quốc sẽ lên hàng phú quốc!"

Trai trẻ xin về ươm mầm cuốc đất,
Ruộng vườn xưa vun lúa nức đơm hoa.
Đất nước chuyển mình bồi chất phù sa,
Lòng trăm họ trăm hoa giai điệu mới.
"Xin khước từ những tối tân khí giới
Muốn phô trương phẩm chiến lợi hung tàn!"
Xin cho trời xanh chim chóc ca vang,
Thanh bình đẹp như vầng trăng Thành Đạo
Chiếu giữa mùa đông xây mùa kỳ ảo:
Bốn nghìn năm lịch sử sẽ về đây!
Thế giới tâm tư hội phút giây này
Chung ngưỡng vọng giữa mùa Trăng Thành Đạo

Lạy Từ Phụ! Cầu hồng ân Tam Bảo
Chuyển Pháp Luân cho Nghiệp đảo thành Duyên
Đất nước đau thương thông điệp hai Miền
Nam với Bắc trao ước nguyền Dân Tộc.

Mưa Rơi Trong Chùa

Trời mưa có tắt lửa cuồng chinh?
Tắt khói mờ mê của thế tình?
Tắt nốt sân hờn âm ỉ cháy
Thì mưa! cho dịu kiếp nhân sinh...

Nhưng... vẫn mưa mà lửa vẫn khêu,
Nhân sinh trôi giạt kiếp thân bèo,
Sân hờn nước mặt rơi thành biển,
Lửa bốc trong lòng, lửa đuổi theo...

Thì hãy ngừng mưa, khối nước trong!
Làm sao tắt được lửa trong lòng?
Tỉ tê trong lá niềm nhân sự,
Thầm thì bên tường nỗi diệt vong...

(Làm tại chùa Tỉnh Giáo Hội Phật Giáo Nhatrang)
Sáng 10/12/1965

Này Anh, Này Em!

Tặng Gia Đình Phật Tử Phước-Điền

Này anh, này em! Này anh chị!
Là cỏ, cây, hoa, nụ,
Chúng ta cùng hấp thụ dưới mây lành.
Mấy ngàn năm pháp-vũ tưới nhân sanh,
Muôn kiếp thấm vị cam-lồ ngào ngạt.

Này em, này anh! Trăng Rằm chiếu khắp,
Tình vô-biên Từ Phụ đã gieo châu.
Từ Đông Tây, Kim Cổ, Á sang Âu,
Tâm Phật-tử thấm nhuần hương lẫn sắc.

Ôi, thoát được những mưu đồ tự đắc,
Những si mê huyễn tượng cuộc phù-du ;
Đã hướng Tinh-quang chiếu biển sa-mù,
Chân dò dẫm bước Tu vào Giác-Ngộ.

Mà chưa thắng mối Sân Hờn nho nhỏ;
Đốm lửa tan đốt cháy cụm Rừng Thương.
Này anh, này em! tay nắm tay nương,
Võng thân ái cho đẹp lòng Từ-Phụ.

Này chị, này anh! dưới vùng Pháp-vũ;
Ta là Măng để luyện sức làm Tre.
Cây tựa vào cây tựa lũy thành che,
Xây dựng buổi Tương Lai Nhà Đạo Pháp.

31/12/1982

Ngát Trầm Hương

Tôi bước chân qua những phố phường
Bụi Trần uế tạp gót chân vương.
Lòng chưa nhận định niềm chơn-giả
Cảnh Hý Trường hay bãi chiến trường.

Mây quấn non sông hận ngút trời
Nghìn năm oán khí vẫn chưa trôi
Danh Từ Dân Tộc! Say binh lửa
Máu lệ càng thêm ngập biển Đời...

Quên hết ngoài kia rộn kiếp người
Cửa chùa ngăn Thế giới: trong tôi
Trầm thơm, trầm luyến, trầm cao vút
Hồn đẹp, hồn thanh, hồn sáng ngời.

Lửa nến nghìn năm trưng ánh Đạo
Kế truyền đuốc Tuệ rọi tâm tư;
Đài sen dâng bệ nâng chân Thánh
Trí chạm thanh hương trí diệu từ.
Mõ ấm chuông ngân nhạc nhiệm mầu
- Lời Kinh chưa thuộc được trăm câu -
Nhưng tư tưởng niệm Nam Mô Phật,
Huyền diệu thoa êm những vết sầu...

*

Khi trở về... qua lại phố phường
Hoa Trầm Tam Bảo trí vương hương.
Lòng tôi đã định niềm Chơn, Giả :
Tất cả trần gian cuộc Hý Trường.

Huế 1950

Nhớ Thương Em

Em ơi, ruột xót lòng nao
Đêm dài trăn trở, ngày xao xuyến buồn
Nhớ xưa xa cách cội nguồn
Chị Nam em Bắc dặm đường rẽ đôi (1946)
Xa Cha Mẹ, nhập cuộc đời
Lao lung nặng gánh, chơi vơi thế tình
Ba mươi năm lửa chiến binh
Đốt tan ngày tháng bình minh tuyệt vời
Kể từ Bến Hải chia đôi
Hướng mây phương Bắc nghẹn lời nhớ thương
Mẹ Cha gầy guộc vườn sương
Nỗi đau anh Lộc, nỗi buồn em Trân (1954)
Mạch đau đẩy tới mộ phần
Ôm Cha khóc Mẹ hai lần thọ tang... (1962, 1974)

Em về... cổng nát nhà hoang
Tình người như chiếc lá vàng mùa thu!
Tìm đâu ánh mắt dịu từ
Chìm trong cõi mộng thiên thu mất rồi
Em dâng hương, lệ không vơi
Cha thương Mẹ nhớ chôn đôi mộ phần

Em về quê Mẹ ba lần
Ba lần thấy chị gian truân chợ đời
Đắng cay chị ngậm tê môi
Lấy chi chất ngọt mà bồi cho em?
Em quay lưng bước khỏi thềm
Chị đưa ra ngo theo em đoạn đường
Tay gầy nắm chặt tay xương
Bốn dòng nước mắt, hai gương mặt nhòa
Mười hai năm lại cách xa
Em không về, chị chẳng ra một lần!
Bạc phơ đầu, tuổi chất chồng
Chị già em yếu thắt lòng nhớ nhau
Nhớ Trân hồi trẻ... in sâu
Dáng hình xinh đẹp, hồng hào, có duyên
Bao nhiêu nam tử ước nguyền
Thơ tình gửi tới cầu duyên vợ chồng

Có chàng tú sĩ gia phong
Tương tư ôm mối hận lòng xanh xao
Mối tình diễm tuyệt thanh cao
Đem tim nhập cõi ngàn sao vọng tình...
Nhớ vui hai chị em mình
Thuộc lòng những bản ca tình Ti-no (Tino Rossi)
Thi nhanh đồng hát, khi hô:
"Một, hai, ba!" xổ tiếng Bồ tiếng Tây
Em thua chị trước một giây
Bị chị véo mũi đỏ gay kêu trời

Làm việc nhà, vẫn bày chơi:
Thanh trà không được cắt rời vỏ xanh
Mau tay lột múi cho nhanh
Ai thua phải nộp phạt thành hai xu (hai ngàn bây giờ)

Quăng dao em bỏ chạy ù
Chị theo ví bắt, em bu áo Dì
-"Hai con khỉ, làm cái chi?"
- Ăn gian, đòi nợ (Trân trêu)
Còn mi quịt tiền (chị mắng)
Dì cưng gái Út, binh liền:
-"Lớn thì làm giỏi, đòi tiền cái chi?"
Chị thua đành phải cười khì
Một trăm lần xử là Dì binh em...
Bao nhiêu kỷ niệm êm đềm
Tình thương Cha Mẹ, anh em thuận hòa
Đâu ngờ cuộc thế phong ba
Xoáy theo cơn lốc, vỡ òa nghiệp thân:
Đức tài, phong độ, hiền nhân
Chôn vùi dưới huyệt, gió trần đẩy xa
Ba lăm năm chị không nhà
Hai mươi năm tiếp chị già... tám mươi!

Thịnh suy chắt lọc cuộc đời
Khôn lanh nhường hết cho người Tinh Khôn
Dại khờ với một đàn con
Mà trau chữ Nhẫn cho tròn Đạo Tâm
Chôn Cha, khóc Mẹ hai lần
(Thương em xa... chẳng dự phần khăn tang)
Một mình mấy chục Vu Lan

Vọng linh Phụ Mẫu lệ tràn mạch đau
Anh gò rộng, em rừng sâu
Hai nơi huyệt lạnh kín sầu thiên thu
Thương Trân tình nặng thê phu
Mảnh khăn góa phụ thắt từ Tâm Tang:

Ngày càng tiều tụy dung nhan
Ôm hoài mối lụy bàng hoàng cô đơn
Em không pháp giải vô thường
Trăm điều khúc mắc cứ vương vào lòng...

Bây giờ... thôi thế là xong!
Đường mây em bước thong dong cửu tuyền
Bao nhiêu nghiệp, bao nhiêu duyên
Buông hai tay thả hết phiền lụy xưa
Tiễn em... mõ nhịp chuông khua
Cầu kinh thỉnh hợp hiên chùa Long Sơn
Ân Cha, nghĩa Mẹ song hồn
Em vào đảnh lễ tạ ơn sanh thành
Còn duyên còn kiếp lai sanh
Biết đâu nợ trước tạo thành duyên sau

Em ơi, Phật pháp nhiệm mầu
Ba ngàn thế giới một câu "Di Đà"
Linh thiêng em nép đường hoa
Đừng sai bước lạc hướng Tà giáo vây
Cầu xin qua bốn chín ngày
Em ôm linh pháp sáng đầy hồn phiêu...
Chấp tay bái biệt em yêu
Trăm câu thơ tưởng nhớ nhiều, Cúng Em.
  (1998)

Chú thích: Trong bài thơ, có đoạn tác giả kể lại kỷ niệm vui của hai chị em thuở ấu thơ, thấy đã dùng danh xưng "Dì", thay vì gọi là "Mẹ", đó là do hồi xưa ông bà mình thường hay tin vào bói toán, tướng số, nên khi biết có con cái mang tuổi xung khắc liền lo đặt tên thiệt xấu, hoặc thiệt buồn cười, để khỏi bị "ma bắt, tà hại"; lại còn không được gọi song thân là Cha Mẹ, Bố Mẹ, Ba Má... mà phải gọi là Dì Dượng, Cậu Mợ để "đánh lạc hướng" tà ma.

Phụng Họa

*Hai bài thơ của Thượng tọa Chơn Đế
khen ngợi "Hương Bình Thi Phẩm"*

BÀI 1

CẢM TẠ THƯỢNG TỌA CHƠN ĐẾ
(THẦY ĐỒNG MINH)

*Có bút Thiền gieo ngợi cổ-nhân
- Vẽ Minh-Y lộng sáng khung trần
Thời xưa nét bút: Vàng ghi chữ
Nếp cũ trang thơ: Ngọc khắc vần
Hương Ngự bâng khuâng hồn Đế Bá
Lăng-viên man mác phách thi Thần
Ngàn sau hư huyễn nào ai biết
Có bút Thiền gieo vọng cổ-nhân!*

BÀI 2

KÍNH TẶNG THƯỢNG TỌA CHƠN ĐẾ

Không luyến trần gian chuyện hí trường!
Đạo Vàng giải thoát ngát tâm hương:
- Mắt trong Giác ngộ ngàn hư-thật
*Lòng lắng Chân Từ một mối Thương** *
Đôi phút mảnh vàng in đáy nước,
Vài giây trâm bạc trải nền gương.
Quên trò điên đảo chen trào lộng,
Một hướng Chân Như thấu diệu thường.

---

* Lòng lắng một mối thương: chúng sinh.

Quán Thế Âm Tịnh Thánh

Ôi, dài nhạc Thế-gian âm,
Tử Sanh loạn tấu khổ trần vang vang!
Đêm vùi giấc ngủ hoang mang,
Ngày ôm khối lửa nung tàn thân tâm...
Chiếc nôi nấm mộ xoay vần,
Luân Hồi vô thỉ, Cuộc Trần vô chung.
Màn sương vô thức mông lung,
Tiếng gào, tiếng thét tuyệt cùng loạn thinh...
Từ trong Bát Nhã biến hình,
Chân Sen dẫm cõi mê tình, độ nhân.
Mặt-Trời Huệ tỏa Từ-Vân,
Mười phương Biển Phước phạm âm diệu hoà.
Hải-triều nhạc dội âm-ba,
Đại Bi rền khắp sơn hà, đại thiên;

Từ Vô-lượng kiếp uyên nguyên,
Ý Sanh-Thân chứng *Pháp viên mãn thành.*

Ba mươi hai tướng biến hình,
Nhĩ cầu, thất nạn, *chúng sinh vọng nguyền.*
Nào phàm thánh, nào *nhơn, thiên,*
Không phân Khôn, Dại, Dữ, Hiền, Trí, Ngu:
Sát-na Tâm khiến *sa mù,*
Phổ-môn niệm niệm, Đại Từ ứng Duyên.
Ngàn tay thả lá Pháp *thuyền,*
Ngàn khơi Bể Khổ, Mẹ Hiền *tâm thanh.*

Con từ bao kiếp Vô *minh,*
Vãng lai vấp ngã Tử *Sinh đôi bờ.*
Đò thiêng lỡ chuyến *bơ vơ,*
Xôn xao nghiệp Ái gánh *hờ Trần duyên.*

Tâm con từ độ hướng Thiền,
Nương ân Từ Phụ pháp tuyền tươm châu.
Kim-cương kết tụ nhiệm mầu,
Phổ-môn thâm nhập làu làu nguyệt quang,
Nâng niu lời tụng Kinh vàng
Từng câu khai Trí từng hàng mở Tâm.
Chuyển tay mõ nhịp chuông ngân,
Niềm Bi lệ giọt niềm Ân lệ tràn...
Bao nhiêu oan trái buộc ràng,
Bao nhiêu điển chớp sương tan cuộc đời,
Thuyền Tâm lánh cõi chơi vơi,
Nguyền nương Tịnh Thánh quy hồi Bến xưa...

Quán Tưởng

Mắt đưa theo bước kinh-hành,
Khẩn cầu miệng niệm hồng danh "Di Đà".
Đôi tay chắp búp Liên-Hoa
Tọa thân ngồi thế bán-già trang nghiêm.
Hồn mơ thần-túc-thông thiêng
Đường mây Cực-Lạc dong miền vạn phương...
Đãy hoa báu "Ngũ-Phần-Hương"
Nạm sương Bát-lạc trải đường lưu-ly.
Hàng cây Bốn Báu uy nghi
Lối hương bát ngát Liên-trì đơm hoa.
Ngũ căn: Bạch Hạc hoà ca
Bồ Đề: Khổng Tước Tần-Già nhã âm.
Tán ngâm Bát Thánh Đạo phần
Chim thần-lực trỗi pháp-âm nhiệm mầu.

Pha-lê linh tháp ngời Châu
San-hô mã não muôn mầu hào quang.
Bốn mươi tám nguyện rõ ràng
Phổ-âm vi-diệu Sáo Đàn ngân nga...
"A-Di-Đà"... lắng âm ba
Kinh-hành ngưng bước trước toà Như Lai
[Nhiếp-tâm tưởng cõi Liên-Đài
Bồi hồi quay lại: Trần ai vây rồi!
Bơ vơ rơi giữa Biển Đời
Bám phao huyễn mộng dập dồi dòng Nhơ.
Hồn con nép dưới đài Thơ
Đón hương Pháp-Vũ cũng nhờ Hồng-ân...]

Lạy Kinh-hành, Lạy Ba thân:
Phật truyền, Pháp lực, Tăng tầm Lý ban
Trầm Hương bát ngát Cung Vàng
Đài Thơ Đạo Hạnh mang mang niệm Từ.

Mùa An Cư 2515

Sinh Lực Tăng Ni

Tâm – lực Tăng Ni... dâng từng Tâm – lực
Góp tinh – hoa lên linh khí Non Sông
Hồn thầm đếm bốn tám giờ tuyệt thực
Mà thầm nghe xúc động cả muôn lòng

Tâm – lực Tăng Ni... hao từng Tâm – lực
Góp tinh – hoa cho đạo Pháp vun trồng
Bi Trí Dũng thắng bạo tàn áp bức
Nguyện Hòa Bình sẽ thoát khỏi cùm gông

Tâm – lực Tăng Ni... rút từng Tâm – lực
Góp tinh – hoa cho Dân Tộc hào hùng
Chí quyết – liệt hòa chung niềm Cảm xúc
Phật – giáo – đồ há ngại bước lao lung?
Ghi nhớ ngày 31/05 & 01/06 năm 1963

*** Ngày Toàn quốc Tăng Ni tuyệt thực ***

Suối Nguồn

Từ Tâm Minh khởi ươm mầm tuệ đức
Nguồn Hương Giang, Thiên Mụ, núi Thiên Thai
Nửa trăm năm dây thân ái nối dài
Bao thế hệ trẻ truyền tâm hướng thiện.

Người bước trước phất cờ Lam đại nguyện
Người đi sau Sen Tám Cánh siêu hương
Anh chị tiền phong Kim Cúc, Đình Cường
Người cư sĩ đầu đàn gương dẫn dắt...

Gió đất thần kinh bung ngàn hương sắc
Mấy phương trời oanh vũ rộn mầm xanh
Biển núi Nha Trang hưởng ứng điềm lành
Lớp trai tráng quyết luyện rèn tâm đức
Hàng nữ lưu thêm dịu dàng hiền thục:
Đạo vào tâm nếp sống đẹp hoà ca.

Năm mươi năm nào chỉ có thăng hoa
Mà gai góc dẫm chân đau mỗi bước
Có máu lệ bởi hung tàn bạo ngược
- Khi lửa thiêng bừng dậy nóng năm châu!

Vai kề vai vẫn khuyến nhủ cho nhau
Vòng tay nối tín tâm vào Đạo lực.
Bậc tiền bối đã mở đường trí đức
Hàng con, em giữ vững bước thiện chân:
Bồi búp sen non hương tỏa tinh thần.
Dây thân ái nối thêm vòng thế hệ.
Trầm hương đốt... tán ca lời mỹ lệ
Ngát mười phương... ẩn diệu lý thâm uyên
Sen ngát trong hồ, hay hực lửa vô minh
Ân Điều Ngự suối nguồn tươm Phật sử.

Tiếp tiếp hành trang "Gia đình Phật tử"
Nửa trăm năm xin đẹp mãi ngàn năm
Như cội cành xanh hút ánh trăng rằm
Như hoa nở trong vườn thiền cổ tự -
Nguyền luân kiếp báo thâm ân Từ Phụ .

Thân mến tặng GĐPT Huế và Khánh Hoà
Kỷ niệm 60 năm ngày thành lập GĐ Phật Hóa Phổ
Và 50 năm GĐPT Nha Trang- Khánh Hoà.

Suy Tưởng

(Quan Âm Các Vạn-Ninh, một đêm trăng 1959)

Hải Đăng trăm ánh
Ngoài khơi sâu lấp lánh phò nguy.
Tinh-tú huyền vi,
Đêm tỏa sáng đường đi cứu khổ.
Sóng Nam Hải run run nép sợ,
Mây Phổ Đà nín thở cúi đầu.
Ngày... chim thuần lý ngàn câu,
Gió hòa pháp ngát nhiệm mầu mười phương...
Đêm... hoa cây cỏ nhuần sương,
Thấm trăng Phổ Độ, ướp hương Đại Từ...
Khi hướng thượng gồm thu Tịnh Pháp,
Hạnh từ-bi sáng khắp linh toà.

Quán-âm muôn vạn sát-na,
Soi đèn trí huệ trồng hoa siêu phàm.
Khi hạ-hóa Bi vang sấm động,
Phủ hạnh Từ chiếu rộng mây lành.
Cảm thương tiếng khóc nhân-sinh,
Ba mươi hai sắc thân hành-nguyện chung.

Ban uy-lực vô cùng vi diệu,
Hải Triều âm nhạc điệu siêu linh.
Nhành Dương dập lửa vô minh,
Cam Lồ một giọt muôn hình hoàn sanh...

Niềm suy tưởng long lanh tinh tú,
Trăng hào-quang mơ phủ lên đầu.
Không gian thoáng hiện vòng cầu,
Theo đường trí huệ năm mầu mây đưa...
Nhưng sực nhớ hồn con chưa thoát xác,
Mảnh áo tơ ép ngạt hơi Trần.
Vòm đời bám víu Kim vân Pháp-bào!

Chùa Giác Hải đưa cao nhịp mõ,
Họa lời chuông thoảng gió hương trầm...
Một hoa sao rụng âm thầm,
Nhìn về quá khứ trầm ngâm kiếp người...

Quỳ đảnh lễ, lạy rời đại điện
Chân bước đi... hồn biến nơi đâu.
Mơ màng hai sắc Lam Nâu,
Mơ trăng Nam Hải, hạc chầu Phổ-môn.

Tảo Tần

Tặng chị Tuyết Mai.

Mười năm buôn tảo bán tần,
Nắng mưa trải khổ, nợ nần riêng lo.
Hợp tan phiên chợ, thân cò
Không chồng, lặn lội trễ đò quá giang!
Người ta: chồng chết, còn Vàng
Phận tôi: chồng chết, hai bàn tay không.
Trưa hè đan áo mùa Đông,
Chiều Thu thêu gối hoa Hồng mùa Xuân!
Đan mầu thêu sắc đem trưng,
Bán hàng bán đủ phấn hồng son tươi.

Long lanh trang sức ánh ngời,
Sắc hương trang điểm nét cười trăm hoa.
Chưng hàng chọn thức kiêu sa.
Tôi dùng: lại chọn mầu đà sắc lam.

Mười hai năm vẫn âm tang
Vườn hoa nội giới điểm trang lệ sầu.
Tâm tư chỉ một nhịp cầu,
Cầu xưa gẫy nhịp thì... thâu mộng vàng!
Thuyền tình trăm chiếc sang ngang,
Bờ kia hứa hẹn đá vàng sắt son;
Đường riêng thui thủi chân mòn,
Thề không bước xuống ôm đờn thuyền ai...

Sáng lo xế, tối lo mai
Tảo tần ngoảnh lại đường dài dặm xa.
Mười năm nắng dội sương pha,
Còn đâu Sao-mắt Da-ngà thuở xưa!
Nhẹ lời "dạ dạ, thưa thưa"
Làm tôi giữa chợ cho vừa khách quan.
Gọi "Cô" những thứ mèo-hoang,
Gọi "Ông" những thứ đứng đàng, hạ lưu.
Tu thân mà sống với Đời,
Thiên-lương nhẫn nhục, xin trời chén cơm!

Khôn lanh ai lấn phần hơn,
Thiệt thòi giữ Đức nuôi con nên người.
Nga, Nhung, Nghi: mấy nét cười
Nhọc nhằn về thấy mà tươi mát lòng.
Ngày nao đứa dắt đứa bồng,
Nay thành thiếu nữ da hồng mắt-sao!
Mười năm tâm lực tiêu hao
Món lời thu được: nụ đào nở hoa.
Mỗi con sáng vẻ thiết tha,
Quý yêu tình mẹ chói lòa hy sinh
Mười hai năm tiếng đoan trinh,
Mười năm lời được: chân tình các con...

Tiếng Nói Của Người Điên

- Này, chị Điên ơi! đi về hướng khác,
Chốn này đang súng nổ lửa hừng trời
Chỗ để cho người Tỉnh đứng "coi chơi"
Người điên loạn đừng cười nhìn súng lửa!
- Ha ha ha, 20 năm nghiêng ngửa
Chiến cuộc dài chất chứa nỗi đau thương
Ta dẫm trăm thây trên bãi chiến trường
Tìm xác chết chồng con vùi lửa đạn...
Ta mất cả rồi! còn năm còn tháng
Còn xác thân khắp trăm nẻo lê la...
Thấy Chùa này lửa đẹp quá, ha ha ha!
Người điên loạn là Ta, hay là Chú?
Ai giết người? Là Vua hay Phủ-thủ?
Ai không điên sao tay vẫy cuồng binh?
Ai không điên sao đổi dạng thay hình,
Mỗi tiếng thét máu đào loang, lửa cháy!

Ta điên, ta điên! Còn ai tỉnh đấy?
Hãy hoan nghinh vũ khí tối tân đi!
Phật bảo diệt Tham, Phật bảo diệt Si
Làm sao cắm "chiến kỳ" lên Quốc-Tự?
Ta khóc, ta cười, kìa kìa dã thú
Khóc hay cười nước mắt vẫn trào ra... (khóc)
Không có ai Điên, Điên chỉ mình ta
Vì không mượn quạt Ba-Tiêu Tuyết Phiến,
Vì không rủ bọn Ngưu-Đầu Mã-Diện
Kết đồng-minh cho đẹp lũ Người Điên!

Ta điên ta nói huyên thuyên,
Chú không Điên cứ đứng yên mà cười!
Hôm qua đào đất xuống chơi
Ta nghe Đất Mẹ cũng cười như Ta;
Bữa kia ra bãi tha ma,
Nghe muôn hồn rú bản ca não nùng!
Ra về Ta ghé Diêm-Cung
- Binh Trần Hưng Đạo trông hùng mạnh ghê!
Tưởng là Trần-thế Tham Mê,
Mà vùng Âm phủ chẳng chê bạc Trần!

Ha ha ha

Tham ơi Tham, Sân ơi Sân!

- Thôi, này chị về đi, sương gió quá

Đứng nói nhiều rồi nhiễm gió sương đau...

- Hả? Chú biểu về ?... Ta có nhà đâu?

Nước đâu có mà có Nhà hả Chú?...

... Ta từ Hớn , Tống, Đường làm Ngự Sử

Nay luân-hồi mang thể xác con Điên.

Rồi kiếp sau Ta cầm bút Sử-biên

Ta ghi láo: Bậc Trí Hiền Cao Đức (nghe!)

- Ôi, nhìn Đức Từ Bi sao lòng đau nhức

Phải, phải rồi! Phật rơi lệ, Chú ơi!

Thôi, Ta đi đây, Chú đứng đó mà cười...

Ngâm:

Vùi trong cõi Mộng Rồ Điên

Thương bao kẻ Tỉnh tranh miền súng gươm...

Trời Mưa Sắc Thuốc
Hầu Hoà Thượng

Biển rộng thét trời cao
Trời cao gầm gió lộng
Mây hưởng ứng mưa gào
Rừng tả tơi biển động...
Mười thứ hiệp một thang
Lửa hồng bung diệu dược
Mơ ngồi luyện tiên đan
Mộng Hoa-Đà, Biển Thước...
Cô chén thuốc tám phân
Dâng lên Hòa Thượng trước
Xin bã thuốc năm phân
Cho tâm nhuần linh dược
Ngoài kia trời gió mưa
Bão trời hay bão khổ?
Bên lửa, ánh than hồng
Ấm thơm siêu diệu tố.

**(Chùa Hải Đức, Nha Trang
Tối 22/08/1975 – Ất Mão)**

Ước Mơ Hòa Bình

*(Chào mừng Đại Hội Liên Miền Liễu Quán – Khuông Việt tổ chức
tại Chùa Tỉnh Giáo Hội Phật Giáo Việt Nam Thống Nhất Khánh Hòa
– 1970)*

Ngan ngát vườn Đàm hương mấy hướng
Ướp ươm gốc Đạo nở hoa Tâm
Như đàn chim câu tung mừng Sứ-giả
Cả hai Miền mang ý núi niềm sông.
Hai mươi năm qua khô cằn Đất Mẹ,
Liềm cuồng chinh hái rụi cỏ Mùa Xuân.
Hai năm qua thây non máu bể,
Hoa Tình Thương vùi dưới Chiến-xa-luân!

*

Xin chấp tay, cho ngàn câu vượt cánh!
Xin chấp tay, cho trăm họ hồi sinh!
Cuộc đấu trí đã mỏi mòn nhân tánh
Những nước cờ đưa thế giới điêu linh...
Niềm mơ ước Tâm hòa Tâm chiếu diệu
Nhật nguyệt không mờ ám khí mây hư.

Tâm chị, tâm anh, tâm hai mươi triệu
Tình tự non sông xoa dịu hận thù
Tâm mang từ lòng Rừng cao Núi thẳm
Tình đậm đà nguyên thủy của Âu Cơ
Tâm mang từ lòng Sông sâu Bể rộng
Ý Lạc Long thắm thiết bức dư đồ.

(Hội Phù Tang từng giọt đồng Thiện chí
Đúc nên chuông ngân dội nhạc Hòa Bình
Đoàn sứ giả phất tung Cờ tôn quý
Truyền Tình Thương cho nhân loại hồi sinh...)
Ngàn chim câu hội về nghe Sứ-giả
Làng hai Miền mang ý Núi niềm Sông
Xin lắng nghe, chuyện Cam Lồ xứ lạ
Mà chờ Xuân hiển hiện giữa muôn lòng...

Vời trông Bát Nhã

Trăm chiếc thuyền câu tấp loạn bờ
Mà Thuyền Bát Nhã đậu nơi mô?
Thân chao chiếc bách vùng Mê huyễn
Tâm chuyển vòng phao vũng Mộng hờ.
Tăm cá gương xao vàng ngấn Đạo
Bóng chim cánh phẩy tím vần Thơ...
Năm mươi Xuân rụng sương mài Tháng
Nửa kiếp Thu phai nắng phủ Giờ
Chân bám sân rêu Thiền dẫn Huệ,
Hồn xuyên ngõ lạ Giác kề Thơ
Vời trông Bát Nhã chiên-đàn lại
Nương cánh buồm Lam lạ sắc bờ.

(Sáng 19/10 Nhâm Tý 1972)

VƯỜN TỊNH THÊM HOA
(THƠ THAY LỜI ĐỀ BẠT
cho thi phẩm HƯƠNG ĐẠO HẠNH
của Nữ sĩ Tâm Tấn)

Vườn Tịnh, vừa ương giống lạ
Hoa Thần sớm nở cành xinh
Thế giới sắc hương rung động
Ngàn phương tỏa ngát ý thanh.
Hoa Từ Bi ngào ngạt hương Thiền
Nước Bát Đức thản nhiên Tánh Tịnh
Sắc Không chơn tính
Tâm Pháp uy linh
Ngàn hoa muôn lá khoe xinh
Một sắc, một hương tỏ hiện
Vườn Tịnh thêm hoa rực rỡ

Đường trần bớt khách chơi vơi
Thảnh thơi dạo khắp cõi Thiền
Lặng lẽ, nhìn xem thế sự
Tâm tư ngôn dụ
Đào chú anh tài
Vườn Tịnh thanh thai
Minh khai chơn trí

Hoa hồng liễu lục thông chơn, mỹ
Yến ngữ, oanh ngôn đoạn thị, phi
Vườn Tịnh thêm hoa càng đẹp nhỉ!
Cõi Huyền lợt sắc lắm thanh kỳ!
Lời Hoa ý Ngọc thâm tri
Đuốc trí, lòng bi cao quí
Đạo Tâm trải khắp phương trời
Đức hạnh gồm chung một nước
Thi từ cung tặng
Thấu tỏ tâm trung
Lời không cùng!...
Ý không cùng!...

**DƯƠNG CHI
SƯ TRƯỞNG HUÊ-LÂM
(THÍCH NỮ ĐÀM THANH)
1972**

KHÓC MẸ
(Tiếng lòng của các con
hướng vọng hương linh Mẹ)

Như đã thưa ở "Đôi Lời Vào Tập," Vĩnh Hảo từng có ý mời các chị, anh, em của mình mỗi người góp một bài thơ, hay đoạn văn viết về Mẹ để đưa vào thi phẩm cuối đời của bà. Việc đó đã không thành. Nay, Mẹ đã thật sự ra đi. Đàn con "thơ dại" 14 đứa, đã có một đứa đi trước Mẹ, từng người một bật lên tiếng khóc, hoặc lặng lẽ nuốt lệ vào tim, không nói nên lời.

Sau đây là tiếng lòng và nỗi đau không lời từ những đứa con yêu của Mẹ:

*CÔNG HUYỀN TÔN NỮ NHA TRANG
– THANH NHUNG*
(CON GÁI LỚN, TRƯỞNG NỮ)

MẶC NIỆM

*Trầm luân một chớp thoát vòng
Trăm năm để lại vô cùng yêu thương
Me đi hồn nhẹ khói sương
Phật tâm sen nở dọn đường vãng sinh.
Chúng con quỳ gối nghiêng mình
Tạ ơn Me cuộc hành trình đã qua.*

*

CÔNG HUYỀN TÔN NỮ HƯƠNG DIỄM
(CON GÁI THỨ HAI)

Nam Mô Tiếp Dẫn Đạo Sư A Di Đà Phật!

Me ơi, vậy là Me đã rời xa chúng con ba ngày rồi! Ba ngày lòng con đớn đau quay quắt vì không được gần Me phút cuối, không được chứng kiến từng giây từng phút trong những ngày Me ra đi như thế nào! Sao mà nghiệt ngã quá, Me đi khi chúng con đang bị kẹt lại cách nửa vòng trái đất, chỉ biết khóc với nhau cho vơi bớt nỗi đau, và niệm Phật độ trì cho Me đang trên đường đến miền cực lạc. Con nghĩ Me đi nhanh lắm!

Me sống tốt sống đạo Đức với Đạo và Đời, gieo nhân tốt cho con cháu mà! Chỉ ngày hôm nay các chị em con và các cháu còn được gần Me trong ngôi nhà từ đường đã từng ôm ấp thế hệ Me và các cậu dì, rồi đến thế hệ chúng con, sáng sớm ngày mai Me sẽ vĩnh viễn rời xa tất cả rồi...

Me ra đi nhẹ nhàng quá , Me vui nhiều ở chốn Vĩnh hằng Me nhé!

Con không ngăn được nước mắt cứ trào tuôn, Me ơi!

*

VĨNH CHU

(CON TRAI THỨ BA, TRƯỞNG NAM)

GỌI KÊU TIẾNG "ME ƠI!"

Me ơi! Bây giờ con chưa dám kêu "Me ơi" đâu, Me. Chưa thốt ra tiếng Me thì nước mắt con đã tuôn rơi và con nghẹn ngào thấy mình đau đớn quá... Con về kịp hôn Me thỏa lòng và kêu "Me ơi, Me ơi" để thấy Me cười vui như bao lần. Con hôn và kêu "Me ơi" để được Me hôn lại cho mấy đứa em của con thốt lên ganh tị: "Chu cha, Me hôn chỉ mình trưởng nam thôi hà." Ngoài mười bốn đứa con ruột của Me, nhiều đứa con khác đến viếng tang Me cũng thảng thốt kêu "Me ơi!"... Lê Vũ (Me gọi là "nhóm Lê Vũ" đó!), vừa nghe tin Me đi là hắn đến liền với mấy đứa khác trong nhóm. Hắn kêu: "Me ơi, Me có nghe không?" Và gã họa sĩ Phượng Hồng, đang triển lãm tranh Phật giáo ở Sài Gòn, nghe tin Me, bỏ về liền để thắp hương và kêu "Me ơi, Me ơi!"... Còn nhiều đứa nữa, nhưng thôi, để tụi nó kêu "Me ơi" thay con lúc này, nghen Me.

Me ơi, lần cuối con mở bài "Chanson pour Nina của Tino Rossi" cho Me hát theo, Me nhịp tay, hoan hỷ, nét mặt của Me sáng lên. Me ơi, con không biết đó là lần cuối Me và con cùng hát với nhau, Me ơi.

Con ôm tro của Me, lội ra biển chỗ Hòn Một, thì thầm với Me, rải tro bay theo gió khơi về. Nước mắt của con rớt xuống biển thay cho bao điều muốn nói, chưa kịp nói, và thay cho tiếng kêu đau thương "Me ơi!"...

*

CÔNG HUYỀN TÔN NỮ QUY HỒNG
(CON GÁI THỨ TƯ)

NỖI ĐAU HỒNG HẠC

Hồng hạc bay về nơi cố xứ
Ngẩn ngơ tâm thức gọi: Me ơi!
Trời cao xanh thắm ôm ngày cũ
Biển rộng mang mang nét mẹ cười...

*

CÔNG HUYỀN TÔN NỮ BÁCH HỢP
(CON GÁI THỨ NĂM)

....

*

trích bài thơ Vĩnh Hiền dâng mừng sinh nhật 90 của Me:

NHƯ NHIÊN LÀ MẸ

tâm loang vàng trăng
hương trầm tóc mẹ
thúc liễm tháng năm
dòng đời san sẻ
se lạnh hơi thu
trời trong, nguyệt bạch
gối hạc vân du
sơn đầu, thủy trạch
chín chục thiều quang
nhẹ làn mây nổi
bóng Phật soi đàng
đường về dong ruổi
mưa nhạt nắng nhòa
bồ đê chín cội
cuộc lữ đơm hoa
hành trình diệu vợi
lòng mở tâm trăng
sáng con đường rộng
thơ, đạo nhịp vần
rằm thu lồng lộng

thăm thẳm viễn trình

bụi hồng xa ngái

nụ cười mông mênh

biển dâu vô ngại

dưới thế mẹ quỳ

hồi quang mấy độ

phản chiếu từ bi

trăng thu sen nở.

*

VĨNH HẬU

(CON TRAI THỨ BẢY)

NGƯỜI MẸ NGHỆ SĨ

Me đã ra đi ở tuổi bách niên, để lại trong tâm khảm chúng tôi nhiều kỷ niệm ngọt ngào...

Với tôi, mẩu chuyện đẹp sau đây luôn làm tôi thổn thức mỗi khi nhớ đến người mẹ tuyệt vời của mình:

Sáng nọ, vào dịp Tết Tân Dậu (1981), khi tôi đến thăm thì...bất ngờ được Me tôi rủ đi uống cà phê.

Hai mẹ con đi bộ đến quán cà phê cóc gần nhà - ở chung cư B Chợ Đầm. Gọi 2 ly cà phê sữa, rồi Me nhìn tôi, nhẹ nhàng nói: "Tối hôm qua Me có đi xem con hát. Giọng con ấm, nghe hay..."

Tôi ồ lên vì quá ngạc nhiên, rồi càng thêm xúc động khi biết ra rằng: bà mẹ 60 tuổi của tôi đã âm thầm có mặt trong buổi trình diễn văn nghệ tối hôm trước.

Tết đó Ba ở xa không về được, Me đã đi một mình, mua vé vào xem cho biết, và bà hài lòng nên đã có lời khen như vậy dành cho tôi qua 2 bài hát Anh ngữ mà tôi đã hát trong chương trình Xuân Tân Dậu.

Tôi nghẹn lời, dạt dào thương cảm lẫn hạnh phúc vì được Me khen-thưởng qua buổi cà phê mẹ-con này.

Còn gì vui bằng khi được Me khen, vì chất giọng của Me ấm áp vô ngần, từng ru 14 con thơ trong hơn 20 năm bằng tiếng hát và lối ngâm thơ nồng nàn hiền dịu... Tâm hồn nghệ sĩ của Me đã miên man bàng bạc truyền cảm hứng cho tất cả các con của bà từ tấm bé.

Tôi trân quý buổi cà phê đầy ý nghĩa mà Me đã có chủ ý dành cho tôi sáng hôm đó, một trong những buổi sáng đẹp nhất đối với tôi... vì tôi đã làm đẹp lòng Me, người mẹ nghệ sĩ.

*

CÔNG HUYỀN TÔN NỮ HẠNH THUẦN

(CON GÁI THỨ TÁM)

"THỊ NỮ" CỦA ME

Gia đình chúng tôi đông con, tròn con số 14. Nếu chia các con của Ba Me thành 7 + 7, tôi đứng đầu nhóm thứ hai.

Sau năm 1975, chị em chúng tôi phải bươn chải đủ

mọi đàng, mọi công việc để ít nhất tự nuôi lấy bản thân. Chúng tôi biết Ba Me rất đau lòng khi phải buông tay cho đàn con rời xa tổ ấm – như cách Ba tôi thường tâm sự: "Ba bây chừ bất lực rồi, anh chị em các con hãy thương lấy nhau. Anh, chị nào có ít nhiều gì thì lo cho các em nhỏ." Ba tôi mất lúc tròn 70 tuổi (năm 1987), lúc mọi người vẫn còn gian nan trong chuyện cơm áo gạo tiền...

Tôi vào Sài Gòn để mưu sinh trong ba mươi năm chẵn. Sống xa gia đình và luôn ghi nhớ những lời dặn dò của Ba, tôi đã thường xuyên gởi những đồng lương về, theo khả năng của mình, để góp phần phụng dưỡng mẹ hiền.

Đến tuổi nghỉ hưu, 7 năm qua tôi hạnh phúc vì tròn ý nguyện, được trở về mái nhà xưa để hằng ngày hầu cận Me. Cùng cô em gái, chúng tôi nói vui rằng mình đã trở thành những "thị nữ" của Me, thay vì những cô "Tôn nữ" theo tên gọi. Vì có dư dả thời gian, tôi tranh thủ ghi lại những câu chuyện lạ, những lời hay ý đẹp Me kể, Me nói... Chúng thỉnh thoảng chợt loé lên trong đầu óc còn minh mẫn - ở tuổi gần bách tuế của Me - nên chi chúng hoàn toàn quý giá, gây thật nhiều bất ngờ.

Xa nhất, cách đây 4-5 năm, Me kêu tôi lại khi trong tay bà đang cầm một cuốn sổ ghi chép đã ngã màu. Me chỉ tay vào một trang ghi chép ngày sinh tháng đẻ của Ba Me và 14 đứa con, từ tốn nói: "Có những chuyện lạ lùng không thể giải thích được. Con coi, tháng mô cũng có ngày sinh của 14 đứa con Ba Me. Có tháng trùng 2,3 đứa, vậy mà không có đứa mô lọt vô tháng 4 (của Ba) và tháng 9 (của Me)!" Đó là một trong những phát hiện thú vị dường như đã làm Me hoan hỉ lắm. Còn gần đây, khi Me nhớ đến các cậu và em gái ruột đã mất trước Me khá lâu, Me ngậm ngùi: "Mấy anh em của Me dồn tuổi thọ cho Me."

Đôi khi, Me dùng từ ngữ như thể viết văn để bình luận về một chuyện thường ngày. Chẳng hạn, một hôm Me thấy khó chịu ở con mắt trái. Sau khi tôi nhỏ thuốc và lau nhẹ nhàng con mắt đó, Me tỏ ý hài lòng: "Ừ, thuốc hay thật! Chớ lúc chưa nhỏ thuốc, Me nhìn ai cũng thấy ảo mộng."

Chăm sóc Me, tôi phụ trách việc gội đầu, lau người cho Me. Thỉnh thoảng tôi được Me khen bằng những lời không giống người khác: "Khi mô Me mất rồi, con có thể treo bảng "Tại đây nhận tắm cho người già"... hoặc: "Chừng ni tuổi mà còn ngồi gội đầu cho Me được là con có phước đó!"

Me ơi, Me ơi! Con sẽ nhớ hoài những kỷ niệm vô giá của những tháng ngày được bên Me lúc cuối đời. Chừ con xin nén niềm đau về cuộc sinh ly - tử biệt đang xảy đến cho các anh chị em con. Xin chắp tay cầu nguyện Chư Phật độ trì cho Me về Cõi An Lành. Từ nơi chốn đó, con muốn Me biết con nhớ Me biết dường nào. Con hôn Me thương yêu thật nhiều.

*

VĨNH HIẾU

(CON TRAI THỨ CHÍN)

ME VUI KHI CON KHOẺ MẠNH

Con bây giờ ngơ ngáo, đầu óc trống rỗng, muốn viết gì về Me mà không viết được.

Mấy ngày này, đi tập thể dục, lái xe đến chỗ gym, đậu xe ngoài bãi đậu, ngồi trong xe khóc tràn một hồi mới vô phòng tập.

Vừa đẩy tạ tập vừa thầm nghĩ: "Me, me thấy con tập như vầy Me vui, Me yên tâm, Me há!"

*

VĨNH HẢO

(CON TRAI THỨ MƯỜI)

CHO CON ĐƯỢC LẠY ME

Thấm thoát gần nửa thế kỷ qua. Giờ này, con mới thực sự cảm nhận niềm đau của trẻ mất mẹ... Năm 1974, con được giới sư huấn thị quay về phương Bắc lạy tạ thâm ân phụ mẫu ba lạy, để rồi từ đó bước chân vào hàng ngũ xuất gia, sẽ không lễ bái cha mẹ nữa.

Có lẽ ý niệm ấy đã như một lực vô hình, ngăn cản

không cho con được dự tang lễ của Ba năm 1987, và của Me năm nay. Nhưng bây giờ, đã sắp đến lúc Di quan... không gì ngăn trở con nữa, dù xa cách nghìn trùng, con cũng xin hướng về ngôi nhà năm xưa, cúi lạy Me, con xin tâm thành lạy Me của con, xin tiễn Me về nơi vĩnh cửu...

*

VĨNH HỮU
(CON TRAI THỨ MƯỜI MỘT)

NHỚ ME

Sáng nay về từ đường
Thói quen nhìn phòng mẹ
Xót xa chuyện vô thường
Không còn nâng chân hôn...

Nén hương dâng thầm khóc
Quỳ lặng dưới anh linh
Qua mấy ngày rối tóc
Tâm thành đọc chú kinh...

Me cười trong linh ảnh
Nhìn con, ánh mắt vui
Không còn nghe văng vẳng
Tiếng người giữa dòng trôi
Con thèm nghe kể chuyện

Hồi ấy và ngày xưa
Chuyện tăng ni, tự viện...
Me đã kể hết chưa?
Bần thần đi ra ngõ
Qua ngồi quán bên đường
Nhớ thuở mình bé nhỏ
Vắng Me, thật đau buồn!

*

CÔNG HUYỀN TÔN NỮ THANH YÊN

(CON GÁI THỨ MƯỜI HAI)

BẦM MỘT TÁ TÂM

Nhớ những ngày còn nhỏ, tôi thường theo Me tôi đi chùa. Chắc hẳn không phải do lòng mộ đạo, mà là "xí phần" với các anh chị em để được gần Me hơn, được Me cưng hơn. Tôi có nhiều anh, nhiều chị, một em gái và một em trai.

Đến chùa, tôi thường ngồi yên một chỗ, để Me làm việc Phật sự trong vai trò một nhà thơ và là thư ký Ban Từ thiện. Quý Thầy, quý Sư cô đi ngang thường xoa đầu tôi hoặc cho tôi cái bánh, trái chuối ăn cho đỡ buồn... Năm tháng êm đềm trôi qua, những lần đi theo Me, ngồi bên Me trong sân chùa đã tạo cho tôi một tập quán "ngồi yên, lặng lẽ."

Cho đến những năm khốn khó khi đất nước vừa hoà bình, Me tôi không còn ngồi bên cuốn sổ từ thiện, mà phải loay hoay xoay xở từng bữa cơm cho mười mấy cái miệng ăn núi lở. Tôi khi ấy đã bước vào tuổi lao động kiếm ăn, làm việc này nghề kia lây lất qua ngày. Những khi rảnh rỗi, tôi đi chùa cùng em gái, một người "đồng điệu" lấy việc tụng kinh lạy Phật làm niềm vui tinh thần.

Lần ấy, chúng tôi gặp Hoà thượng (HT) Đỗng Minh ngồi bên bàn khách của HT. Chí Tín. Khi chúng tôi bước đến bái chào thì HT. Đỗng Minh hỏi:

- Mấy đứa con có biết ai là Bầm Tâm Tá không?

Hai chị em ở ra, chưa kịp hiểu gì thì HT cười vang, nói:

- Làm con bả mà không biết hả!?... Má con là bà Tâm Tấn, nói ngược lại là Bầm Tâm Tá đó!... Người ta có một, hai đứa con mà nuôi ăn nuôi học là đã bầm trầy. Má mấy con có tới mười bốn đứa con, hơn một tá, phải "bầm" một tá tâm!

Giai thoại này, tôi đã kể cho cho anh, cho chị, cho em trai tôi nghe. Chúng tôi đều hiểu ra chư vị Tăng Ni ái ngại thương cảm cho gia cảnh của một nữ sĩ mình hạc xương mai.

Hẳn, chư vị cũng khâm phục sức bền bì nhẫn nại của trái tim một người mẹ đông con. Dù gian nan vất vả, Me tôi vẫn không từ bỏ một đứa con nào trong "tá tâm bầm" của mình.

Nay, Me tôi đã không còn hiện diện trong căn phòng anh chị em tôi hàng ngày vào ra thăm nom chăm sóc. Tôi thấy trái tim tôi đang bấm một nỗi đau...

*

CÔNG HUYỀN TÔN NỮ CHƯƠNG KHUÊ
(CON GÁI THỨ MƯỜI BA)

NHỚ

Me ơi... Con nhớ, nhớ lắm, nhớ những ngày cuối của cuộc đời Me, nhớ ánh mắt Me nhìn con trìu mến dù Me không nói thành lời. Nhớ bàn tay Me gầy guộc, mân mê vuốt má con, luồn vào mái tóc hơi sương mà Me cứ nghĩ như con vẫn còn thơ dại. Con nghẹn ngào, nhưng vẫn cố vỗ về hát cho me nghe bài hát ngày xưa me vẫn thường hay hát cho con: "Buồn tàn thu."

Chưa sang Thu mà Me, Trung Thu sắp đến rồi, chúng con không còn được quây quần chúc thọ Me như mọi năm chúng con vẫn tỏ bày.... Vắng Me rồi, từ đây vào mùa Vu Lan, chúng con không còn được cài lên áo nụ hoa hồng bé nhỏ, thay vào đó bằng nụ hoa hồng trắng cho đến cuối cuộc đời của chúng con. Trong tâm khảm con luôn khắc mãi hình bóng và những lời khuyên nhủ như vàng ngọc của Me, Me ơi!

*

VĨNH THANH BÌNH (VĨNH HUY)

(CON TRAI ÚT, THỨ MƯỜI BỐN)

CHẮP CÁNH HOA SEN

... Từ bao lâu nay con vẫn luôn tin rằng Me sống "Tốt Đời Đẹp Đạo" thì Me sẽ có một chuyến ra đi nhẹ nhàng thanh thản. Me đã lưu truyền lại cho con cháu cả một gia tài đồ sộ về Nhân Nghĩa mà Me đã vun bồi trong suốt cuộc đời.

Không sao có thể tránh khỏi những vấp ngã đầy phiền trược, hoặc đón nhận những thời điểm thăng hoa nào đó trong cuộc sống; nhưng những lần như vậy con đều cố gắng noi theo tấm gương của Me để ứng phó hoặc chia sẻ với mọi người ngay khi có thể - bằng Lòng Vị Tha và Sự Chân Thành. Con tuy sống cũng được hơn nửa đời người rồi, nhưng con vẫn còn phải học và thực hành nhiều hơn nữa từ nơi Mc những đức hạnh đó.

Sanh ly tử biệt muôn đời vẫn được xem là nỗi đau và mất mát tốn khá nhiều ngôn từ giấy bút. Cho đến khi kịp hoàn hồn thì con sẽ thấy... không mất gì hết; vì Me luôn luôn dành ánh mắt Dung Từ ban trải cho tất cả những người Thân-Sơ-Xa-Gần, dù Me đang cưới mây ở chốn nào đó.

Lẽ ra con phải viết dâng Me những lời này ngay cả khi Me còn hiện hữu và tỉnh táo, song chẳng muộn màng gì một khi Me vốn là đóa sen bất biến, vẫn rạng nở ngát hương...

Me chỉ khép lại cuộc trần để tỏa vầng dương sáng ngời cho con cháu. Có sao đâu?

*

Sau đây là tiếng lòng của cháu ngoại (dâu), dùng tên của 14 người con của Ngoại, cùng với tên của Bà Ngoại, Ông Ngoại để kết nên thơ, tán dương ân đức và công hạnh của Bà Ngoại:

TÂM CÁT TƯỜNG - NGUYỄN THỊ NGỌC DUNG
(CHÁU NGOẠI)

NỮ SĨ

(Thành kính dâng hương linh Bà Ngoại – Nữ sĩ Tâm Tấn)

Trang *điểm cho đời nét thảo ngay*
Diễm *tuyệt dung nhan phận khéo bày*
Duyên *dáng tâm hồn minh tú tận*
Hồng *nhan tri kỷ thế nhân say*
Hợp *bách tùng chi hoa cỏ bay*
Hiền *hầu khanh tước nữ anh tài*
Hậu *thế vinh danh người thi sĩ*
Thuần *hành vi tiếu sớm minh khai*
Hiếu *nghĩa trong đời dễ mấy ai*
Hảo *tâm vun vén cội tu dầy*
Hữu *ý tùng châu mai phúc đáo*

Yên bề gia thế hậu vi lai
Khuê các phương mai gió thổi mây
Bình châu tam thế hãy còn đây
Tâm Tấn chân thương tròn nhẫn nhịn
Đáo lai hữu hạ mạt thế hay!

*

MICHOU - NGUYỄN PHƯỚC NGHI DUNG
(CHÁU NGOẠI)

CÂY TRẠNG NGUYÊN

Ông bà ngoại có mười bốn người con và mười ba đứa cháu nội ngoại. Cộng thêm dâu rể và những người con tinh thần nữa thì số con cháu của ông bà ngoại là rất lớn. Ông ngoại mất hơn ba thập kỉ trước, để lại bà ngoại là chỗ dựa tinh thần, là chất keo sơn gắn kết đại gia đình mình. Bà ngoại trong mắt con là một suối nguồn luôn tuôn chảy yêu thương, là một bà tiên dịu dàng, một người phụ nữ hiện đại và dí dỏm. Và hơn hết, con ngưỡng mộ cách mà với một bầy con cháu đông như vậy, bà ngoại vẫn làm cho mỗi đứa con, đứa cháu cảm thấy mình đặc biệt và được yêu thương.

Lúc nhỏ không phải năm nào con cũng được về thăm ông bà ngoại vì cái thời khốn khổ đó đi lại thật khó khăn và tốn kém. Nhưng mỗi lần con về thăm là bà ngoại lại làm điều gì rất đặc biệt cho con, và trong những năm sau đó bà ngoại luôn nhớ và nhắc lại với con về những điều đó. Thấy con mải mê ngắm đàn kiến xếp hàng dài đi tha mồi, bà ngoại cho con mấy hột đậu phụng luộc để con cho kiến ăn, và nói "mấy con kiến nó đang nói, ô có cô tiên nhỏ này cho bọn mình mấy hột đậu phụng ngon quá!". Nghe vậy con sướng lâng lâng. Và hơn ba mươi năm sau bà ngoại vẫn nhắc với con rằng ngày xưa con đã là cô tiên đối với đàn kiến. Mỗi lần bà ngoại nhắc chuyện cũ con lại sướng lâng lâng, không phải vì mình được làm cô tiên, mà vì bà ngoại nhớ về mình dữ vậy.

Hồi nhỏ mỗi lần được ngủ chung với bà ngoại là con thích lắm. Bà ngoại có mùi thơm hương trầm, ấm và thanh thoát. Sáng sớm trời còn chưa hửng nắng bà ngoại đã dậy tụng kinh, còn con thì lơ mơ ngủ lại trong tiếng chuông tiếng mõ và giọng tụng kinh của bà ngoại. Khi con tỉnh ngủ hẳn rồi thì bà ngoại xếp lại mùng mền thật vuông vức, và con thường ôm lấy mấy cái mùng mền đã xếp và nói "Sao bà ngoại xếp vuông vức hay dữ vậy?". Sau này con lớn hơn, lúc ngủ dậy tự xếp mùng mền, thì bà ngoại âm thầm ngắm cách con làm rồi cười hiền hậu và nhắc, "Hồi nhỏ con cứ theo hỏi sao bà ngoại xếp mùng mền vuông vức hay quá vậy, bây giờ con xếp còn vuông vức hơn bà ngoại". Bà ngoại nhớ đến từng chi tiết nhỏ như vậy!

Có một lần con về thăm, bà ngoại gọi con ra lan can giúp bà ngoại trồng một cây trạng nguyên còn non và nhắc con nhớ tưới nước và chăm sóc cây, vì đó là cây trạng nguyên của con. Con là một đứa trẻ lớn lên ở rừng bê tông cốt sắt, nào có biết chăm sóc cây cối gì đâu, và lúc đó cũng chưa nhiều hiểu biết, nên chạy chơi suốt thôi, đợi bà ngoại nhắc thì mới tưới cây. Nhưng mỗi năm con về thăm, bà ngoại lại chỉ cho con thấy cây trạng nguyên tươi tốt nay đã cao lên nhiều, và nói "Cây trạng nguyên của Michou nay tươi tốt chưa kìa!". Cây trạng nguyên đó sống rất lâu, được chăm sóc bởi tình thương cháu nồng hậu của bà ngoại.

Bà ngoại rất thâm thúy và tinh tế, nên con tin rằng cây trạng nguyên ngày xưa ấy không phải là một sự lựa chọn ngẫu nhiên đâu! Con chịu khó học hành và mỗi khi đỗ đạt cao, con lại nghĩ về "cây trạng nguyên của Michou" trên lan can nhà bà ngoại. Đó là một thông điệp rất đẹp bà ngoại đã dành tặng con từ khi con còn nhỏ. Cây trạng nguyên đã sống hết thời gian của nó trên đời này rồi trở về với đất. Bà ngoại cũng đã mãn phần và đi xa. Nhưng giọng nói ôn tồn của bà ngoại nhắc nhở con về cây trạng nguyên luôn ấm áp trong tâm thức con. Con cảm ơn bà ngoại đã có niềm tin ở con! Con cảm ơn bà ngoại đã dạy cho con những bài học về cách biểu hiện tình cảm rất tinh tế từ trái tim! Và trên hết, con cảm ơn bà ngoại về tất cả những yêu thương! Được thương yêu như cách gia đình mình thương yêu là một diễm phúc trên đời. Vì thế, chúng con sẽ luôn sống tốt, sống đẹp. Bà ngoại cứ an nhiên nơi miền cực lạc nhé! Và nếu một ngày nào đó con được làm bà, con cũng sẽ trồng cây trạng nguyên cho cháu của con, và kể cho chúng nó nghe về bà ngoại.

Canberra, tháng 9 năm 2020

Cháu ngoại,
Michou - Nguyễn Phước Nghi Dung

Phụ lục

Đọc Thơ Phật
Của Thi Sĩ Tâm Tấn

Tâm Huy Huỳnh Kim Quang

Tu nhà năm mấy tuổi đầu
Lẽ huyền chưa đạt thâm sâu Bến Bờ
Chừ nương cảnh chợ sống hờ
Thử xem nhẫn nhục còn chờ những chi?
Niết Bàn – Địa Ngục bất ly
Ngoài-trong cánh cửa có gì đâu xa:
Mở thương cảnh loạn Ta Bà
Khép Tâm tịnh lại ấy là Chơn Không."

(Tâm Tấn, Đêm Huyền)

Mấy câu thơ ở trên đã diễn bày được trọn vẹn cuộc đời của một người nữ cư sĩ tu tại gia "nương cảnh chợ sống hờ," nhưng kiến giải và tâm nguyện thì hướng tới cảnh giới bất nhị "Niết Bàn-Địa Ngục bất ly."

Đó là một đoạn của bài thơ Đêm Huyền trong tuyển tập thơ "Cuối Đời Lọc Những Tinh Sương," đã được xuất bản tại Hoa Kỳ vào năm 2004, của nữ sĩ Tâm Tấn, đã qua đời vào ngày 13 tháng 7 năm 2020 tại thành phố Nha Trang, Việt Nam, thượng thọ 100 tuổi.

Tuyển tập thơ này tôi đã đọc từ sau khi nó được phổ biến tại Hoa Kỳ do người con trai của nữ sĩ Tâm Tấn là nhà văn Vĩnh Hảo thực hiện. Bây giờ nhân cụ ra đi về cõi Phật, nhà văn Vĩnh Hảo tặng cho tôi để đọc lại và cũng để tưởng niệm công đức của nữ Sĩ Tâm Tấn đối với nền văn học nước nhà nói chung và nền văn học Phật Giáo Việt Nam nói riêng.

Thú thật, lần này đọc lại tập thơ tôi rất đỗi ngạc nhiên và thú vị vì chất thơ thấm đẫm hương vị văn chương và chất Phật cao thâm siêu thoát trong thơ của bà.

Nói nào ngay, xét ra tôi cũng rất có duyên với gia đình nữ sĩ Tâm Tấn. Tôi biết bà từ những năm sau 1975, chính xác là năm 1976. Nhưng bà thuộc thế hệ tiền bối nên chỉ biết mà không thân cận. Ngược lại tôi quen thân với nhiều người con của bà, như thi sĩ Phù Du Vĩnh Hiền, nhà văn Vĩnh Hảo, nhà văn Vĩnh Hữu, Vĩnh Hiếu và Vĩnh Bình.

Trong bài thơ Đêm Huyền vừa trích, có mấy câu đáng suy gẫm:

Niết Bàn – Địa Ngục bất ly
Ngoài-trong cánh cửa có gì đâu xa:
Mở thương cảnh loạn Ta Bà
Khép Tâm tịnh lại ấy là Chơn Không.

Thi sĩ Tâm Tấn đưa ra một hình ảnh rất đời thường để nói đến lý bất nhị của Niết Bàn và Địa Ngục: trong và ngoài cánh cửa. Đọc câu sau chúng ta sẽ thấy đó là cánh cửa tâm. Đúng vậy, Niết Bàn hay Địa Ngục cũng từ tâm mà ra.

Điều khá lý thú khác ở đây là thi sĩ đưa ra thí dụ về việc mở tâm và khép tâm. Mở tâm thì bước vào cõi Ta Bà khổ đau. Khép tâm thì thể nhập Chơn Không tịnh lạc. Đây là một ẩn dụ rất sâu xa cho thấy thi sĩ Tâm Tấn là người Phật tử có tu tập. Mở tâm tức là hướng tâm ra ngoài, là vọng động chạy theo trần cảnh. Khép tâm tức là xoay tâm vào bên trong nội quán để thể nhập Chơn Không.

Thi sĩ Tâm Tấn kết thúc bài thơ Đêm Huyền với mấy câu thấm đẫm chất Phật:

Giấc khuya đầy đọng triền miên
Nửa thương Tục Đế, nửa nguyền Chân Như.
Trăng nương gió lật trang Thơ
Đèn khuya bấc lụn trầm tư đêm huyền.

Triết lý nhị đế dung thông của nhà Phật nằm gọn trong câu "Nửa thương Tục Đế, nửa nguyền Chân Như." Sống trong cõi tục đế, tức cõi thế gian phàm tục, nhưng lòng thì không bao giờ quên đại nguyện chứng nhập vào cõi xuất thế của Chân Đế, Chân Như.

Hai câu cuối chuyên chở chất liệu văn chương làm say mê người đọc. Ở đây thi sĩ mô tả cảnh đêm trăng huyền diệu mà bà đang thưởng lãm. Chính tâm cảnh ngắm trăng thơ mộng đó đã như chất liệu kỳ diệu cho thơ trào ra. Thi sĩ đã sử dụng một ẩn dụ đầy sáng tạo "Trăng nương gió lật trang Thơ" để miêu tả cảm trạng xúc cảnh sanh tình gây cảm hứng cho hồn thơ tuôn chảy. Câu sau cùng là một câu thơ có họa và nhạc. Họa là ngọn đèn mà cái bấc đã cháy gần cạn nên ánh sáng còn yếu ớt huyền ảo. Nhạc là qua khung cảnh một người ngồi trước ngọn đèn leo lét nhìn bên ngoài ánh trăng như ảo như mộng, có thể nghe được sự tĩnh lặng sâu lắng trong khung cảnh này.

Trong bài thơ "Quán Thế Âm Tịnh Thánh," thi sĩ Tâm Tấn đã thổ lộ tâm tư của bà với Bồ Tát:

Con từ bao kiếp Vô minh,
Vãng lai vấp ngã Tử Sinh đôi bờ.
Đò thiêng lỡ chuyến bơ vơ,
Xôn xao nghiệp Ái gánh hờ Trần Duyên.

Đó là lời bộc bạch chân thật của một người Phật tử tại gia đối trước Bồ Tát Quán Thế Âm. Trong đoạn thơ trên, chúng ta thấy thi sĩ Tâm Tấn trong cõi sâu xa của tâm thức dường như không thể quên ước nguyện từ vô lượng kiếp muốn đáp chuyến đò từ bờ bên này sinh tử luân hồi sang bên kia bờ giải thoát niết bàn. Có lẽ vì thế, đối với bà, nghiệp trần duyên của kiếp này chỉ là "gánh hờ" chứ không phải là sự nghiệp trường cửu và cứu cánh mà bà nhắm tới. Nhưng nói thế không có nghĩa bà không sống hết mình với vai trò của một người vợ một người mẹ. Nhà văn Vĩnh Hảo đã viết về người Mẹ của ông trong Đôi Lời Vào Tập của tập thơ Cuối Đời Lọc Những Tinh Sương như sau.

"Người mẹ thi sĩ của chúng tôi đẹp, hiền lành, nhân ái, quả cảm, tận tụy một đời chăm sóc chồng con; vất vả trăm chiều sinh và dưỡng bầy trẻ 14 đứa... Cuộc đời Mẹ, từ những con chữ trên trang giấy cho đến những hạt gạo, miếng vải, mồ hôi nước mắt, lời ru giọng hát, tiếng khen thưởng con ngoan, hay tiếng la trách con hư... đều toát lên cái ý vị phong nhiêu diệu vợi của thơ, và của tình."

Từ bối cảnh tâm thức thấm nhuận Phật Pháp như thế, nên hơn 50 bài thơ trong tuyển tập "Cuối Đời Lọc Những Tinh Sương" không bài nào, không câu nào không bàng bạc giáo lý Phật Đà.

Trong tập thơ nêu bật mấy chủ đề quan trọng mà thi sĩ Tâm Tấn hay nói đến, gồm Lễ Vu Lan với tình mẫu tử và hiếu đạo, tinh thần yêu chuộng hòa bình vì đó là bản chất của đạo từ bi của nhà Phật, các sự kiện liên quan đến lịch sử của đất nước và Phật Giáo Việt Nam từ năm 1963 đến năm 1975.

Trong bài Cảm Niệm Vu Lan 2, thi sĩ Tâm Tấn tưởng niệm ân đức của bậc sinh thành, với lời thơ chí thành tha thiết.

Ba mươi năm sau… đầu con sương giá,
Ngồi thương cha nhớ mẹ tuổi hoàng hôn:
Bờ âm dương lấp biển với che nguồn,
Con chỉ thấy núi xa mây trắng hiện…

Hai tách trà thơm dâng vào cõi huyễn,
Dĩa trầu cau nồng thắm cũng hư vô!
Những giấc chiêm bao ôm mẹ mơ hồ
Những giọt lệ mừng cha tàn ảo ảnh…

Vén trí phàm phu phút giây nhập thánh,
Tâm là hoa xin hướng cội kỳ hoa.
Kinh Vu Lan ấm phủ mẹ Hồn cha,
Con quỳ lạy minh châu kim trượng chuyển

Ân Đại Hiếu Kiền-Liên muôn kiếp hiển…
Xin mẹ cha mau thoát khỏi luân hồi,
Chín phẩm sen vàng ân phước vào ngôi,
Con hồi hướng với tâm lành trọn kiếp.

Trong tình mẫu tử thiêng liêng, thi sĩ Tâm Tấn đã bày tỏ nỗi đau của người mẹ mất con trong bài Khóc Con.

Ai nỡ cướp con tôi măng sữa,
Chôn vùi sâu, cách cửa âm dương!
Nơi đây hơi Mẹ ấm giường,
Sao con nằm chốn gió sương mưa dầm?
Dưới huyệt trũng, nắng dầm thiêu đốt
Héo thân con, đau buốt lòng Me!
Mưa Đông rồi tiếp nắng Hè
Đất vun cỏ đắp khôn che ấm tình…

Là người Phật tử phụng thừa lời dạy từ bi và trí tuệ của Đức Phật có nghĩa là không chủ trương, không hậu thuẫn cho bất cứ cuộc chém giết tương tàn nào đối với muôn vạn sinh linh. Điều đó cũng có nghĩa là người Phật tử luôn luôn sống với suy nghĩ, lời nói và hành động hàm chứa tinh thần hòa bình và nỗ lực kiến tạo cuộc sống hòa bình cho mình và cho tha nhân. Thi sĩ Tâm Tấn là mẫu người Phật tử như thế. Trong bài thơ "Lời Cầu Nguyện Hòa Bình," thi sĩ Tâm Tấn bày tỏ ước mơ đất nước hòa bình sau bao nhiêu năm chiến tranh.

Thắp nến Diêm Phù xin châm lửa Tuệ
Trầm hương dâng, xin ngát Pháp Hoa tâm
Đàn con thơ thống thiết vọng hồng ân
Lễ Thành Đạo xin chuyển vần Xe Pháp.

Lạy Từ Phụ! quê hương con đổ nát
Vì Tham Kiêu đã khoác lốt cuồng chinh
Hai mươi năm thây chất bởi vô minh
Tưởng Tiên Dược đem Trường Sinh Bất Tử:
Chủ nghĩa này trưng chiêu bài, đưa nhủ!
Ý thức kia "Đời nguyên tử" khoe trao!
Năm tiếp năm vết Đạn xoáy Bom cào,
Ngày tiếp tháng Núi Sông gào "Độc Dược"!
Lạy Từ Phụ! xin ban niềm mộng ước
Bóng Thanh Bình làm linh dược hồi sinh.

Thi sĩ Tâm Tấn là người thân cận với chư tôn túc lãnh đạo Phật Giáo Việt Nam từ thập niên 1950, khi bà được Cố Hòa Thượng Thích Trí Quang mời cộng tác cho báo Liên Hoa tại Huế. Rồi sau đó bà cộng tác với báo Bát Nhã của Cố Hòa Thượng Thích Trí Thủ. Vì vậy cuộc đời của thi sĩ gắn liền với vận mệnh của Phật Giáo Việt Nam từ đó về sau. Trong biến cố nhà Ngô đàn áp Phật Giáo vào năm 1963, thi sĩ Tâm Tấn đã là một trong những nhân chứng sống. Trong bài thơ Ác Mộng viết vào ngày 16 tháng 8 năm 1963, nghĩa là 4 ngày trước khi chính quyền Ngô Đình Diệm tổng tấn công vào chùa chiền trên toàn quốc, bà đã ghi chú ở cuối bài thơ rằng, "Vừa khóc vừa làm trong đêm 16/08/1963."

Bạn ơi, bạn ơi! núi vun mây hận
Đất phương này sấm động náo tâm tư.

Vừng Từ Vân khuất lấp bởi sương mù,
Hoa Tinh Tấn dập vùi trong bão chướng.
Kinh ngạc sững sờ hồn không định hướng
Ngẩng nhìn cao tìm dấu vết Từ Vân.
Bắc Đẩu tinh phương chiếu rạng tinh thần
Vầng nguyệt từ bi biến mờ đâu cả!

Trong bài Áo Vàng Bất Diệt, thi sĩ kể tình hình Phật Giáo vận động cho tự do và bình đẳng tôn giáo năm 1963 như sau.

Phật Giáo Tăng Ni, tín đồ tranh đấu
Thiết tha đòi Năm Nguyện Vọng thuần từ.
Nạn độc tài vận nước lúc suy hư,
Giáo Kỳ trưng lên, Giáo Kỳ triệt hạ!
Nhìn Thầy tuyệt thực, nắng sương đói lả,
Rồi nghe tin Thượng Tọa tự thiêu mình
Và Sa Di, Đại Đức tiếp hy sinh
Lửa Tử Đạo bừng bừng trong ánh mắt.

Khép tập thơ lại. Lòng tôi dâng lên niềm cảm thán và kỳ thú. Cảm thán vì đọc được những bài thơ chứa chan tình đời nghĩa đạo. Kỳ thú vì không ngờ một người "chưa từng cặp sách đến trường" – như nhà văn Vĩnh Hảo đã viết trong lời đầu tập thơ – mà có thể có được kiến văn và chữ nghĩa bác lãm và uyên thâm như thế. Đây quả thật là một sự hiếm có. Tôi tự giải thích cho chính mình với hai nhân duyên. Thứ nhất là nỗ lực phi thường của chính thi sĩ Tâm Tấn trong việc tự học trong đời này. Thứ hai là bà vốn có một thiên tư trí tuệ đặc dị mà không phải ai cũng có, nếu không muốn nói là bà mang chủng tử trí tuệ từ nhiều kiếp trước đến đời này. Điều này làm cho tôi rõ lý do tại sao thi sĩ đã nhiều lần nhắc đến ước nguyện trở về cố hương Chân Như trong trong tập thơ "Cuối Đời Lọc Những Tinh Sương."

Giấc khuya đầy đọng triền miên
Nửa thương Tục Đế, nửa nguyền Chân Như.

Xin kính cảm ơn thi sĩ Tâm Tấn. Nhân tuần chung thất của bà, xin cầu nguyện bà sớm hoàn thành ước nguyện.

Mục Lục

www.ingramcontent.com/pod-product-compliance
Lightning Source LLC
Chambersburg PA
CBHW030929060726
47591CB00005B/1716